ஷோடசி

சரத்சந்திர சட்டோபாத்தியாய்

வங்கமொழியிலிருந்து தமிழாக்கம்
சு. கிருஷ்ணமூர்த்தி

நியூ செஞ்சுரி புக் ஹவுஸ் (பி) லிட்.,
41-B, சிட்கோ இண்டஸ்டிரியல் எஸ்டேட்,
அம்பத்தூர், சென்னை- 600 098.
☎: 26258410, 26251968, 26359906

Language: Tamil
Shodasi
Author: **Sarathchandra Chattopadhyay**
Translated by: **S. KrishnaMoorthy**
First Edition: December, 2013
Copyright: Publisher
No. of pages: viii + 140 = 148
Publisher:
New Century Book House Pvt. Ltd.,
41-B, SIDCO Industrial Estate,
Ambattur, Chennai - 600 098.
Tamilnadu State, India.
Email : info@ncbh.in
Online : www.ncbhpublisher.com

ISBN: 978 - 81 - 234 - 2549 - 8
Code No. A 2910

₹ 110/-

Branches
Ambattur (H.O.) 044-26359906, 26258410, 26251968
Thiruvanmiyur 044-24404873 **Spenzer Plaza (Chennai)** 28490027
Trichy 0431-2700885 **Tanjore** 04362-231371 **Tirunelveli** 0462-2323990
Madurai 0452-2344106, 2350271 **Dindigul** 0451-2432172
Coimbatore 0422-2380554 **Salem** 0427-2450817 **Hosur** 04344-245726
Ooty 0423-2441743 **Vellore** 0416-2234495 **Villupuram** 04146-227800
Pondicherry 0413-2280101 **Thiruvannamalai** 04175-223449

ஷோடசி
ஆசிரியர்: சரத்சந்திர சட்டோபாத்தியாய்
தமிழில்: சு. கிருஷ்ணமூர்த்தி
முதல் பதிப்பு: டிசம்பர், 2013

அச்சிட்டோர் : பாவை பிரிண்டர்ஸ் (பி) லிமிடெட்.,
16 (142), ஜானி ஜான் கான் சாலை, இராயப்பேட்டை, சென்னை - 14
☎ : 044 - 28482441, 28482973

முன்னுரை

பங்கிம் சந்திர சட்டோபாத்தியாய், ரவீந்திரநாத் தாகூர், சரத்சந்திர சட்டோபாத்தியாய் இம்மூவரும் தற்கால வங்காளி புனைவிலக்கியத்தின் மும்மூர்த்திகளாகக் கருதப்படுகின்றனர். இவர்களுள் முதல்வர் இந்திய நாவல் இலக்கியத்தின் தந்தை ஆவார்; இரண்டாமவர் இந்திய சிறுகதை இலக்கியத்தின் முன்னோடி. இவர்களிருவருக்கும் காலத்தால் பிற்பட்ட சரத்சந்திரர் தம் கதை சொல்லும் திறனால் இருவரையுமே விஞ்சிவிட்டார். இதை ரவீந்திரரே ஒப்புக் கொண்டுள்ளார். ரவீந்திரர் சொல்கிறார் "ஒரு நாவலாசிரியருக்குக் கிடைக்கக் கூடிய மிகச் சிறந்த பரிசை சரத்சந்திரர் பெற்று விட்டார்.... அவர் வங்காளிகளின் இதயங்களை வென்றுவிட்டார்."

ஒரு சிறு திருத்தம்: சரத்சந்திரர் வென்றது வங்காளிகளின் இதயங்கள்ள மட்டுமல்ல, எல்லா இந்திய மொழி வாசகர்களின் இதயங்களையுந்தான்!

இது உண்மை, வெறும் புகழ்ச்சியில்லை.

'கதைச்சிற்பி' என மக்களால் போற்றப்படும் சரத்சந்திரர் சுமார் 40 நாவல்களும் குறுநாவல்களும் சில சிறுகதைகளும் இயற்றியுள்ளார். இவை மற்ற இந்திய மொழிகளில் பெயர்க்கப் பட்டுள்ளன. சரத்சந்திரர் மறைந்து எழுபது ஆண்டுகளுக்கு மேலாகியும் அவருடைய படைப்புகளின் கவர்ச்சி குறையவில்லை.

அவருடைய அகில இந்தியப் புகழுக்கும் சான்றாக ஒரு கதை சொல்வார்கள். ஒரு வங்காளி தம் குஜராத்தி நண்பரொருவரைக் கேட்டாராம்- "உங்கள் மொழியில் மிகவும் புகழ்பெற்ற நாவலாசிரியர் யார்?"

"சரத்சந்திரர்" என்று பதில் வந்ததாம்.

"சரத்சந்திரரா? அவர் வங்காளி அல்லவா!" என்று வங்காளி சொன்னாராம்.

குஜராத்தி நண்பருக்கு ஒரே ஆச்சரியம் அவர் சொன்னாராம் "அப்படியா! நான் அவர் குஜராத்தி என்றல்லவா நினைத்துக் கொண்டிருந்தேன்!"

◆◆◆

சரத்சந்திரர் தேவானந்தபூர் கிராமத்தில் ஒரு கீழ் நடுத்தர பிராமணக் குடும்பத்தில் 1876-ஆம் ஆண்டில் பிறந்தார். அவரது சிறுபிராயம் வறுமையில் கழிந்தது. சிலசமயம் உண்ண உணவு கிடைக்காத நிலை. தந்தைக்கு நிலையான வருமானமில்லாததால் சரத்சந்திரர் தம் மாமா வீட்டில் வாழ நேர்ந்தது. அவர் எஃப்.ஏ. தேர்வு எழுத இருபது ரூபாய் கிடைக்காததால் அத்தேர்வை எழுத இயலவில்லை. இந்தியாவில் வேலை கிடைக்காமல் அவர் வேலை தேடி பர்மா சென்றார். ரங்கூனில் பாட்டாளி மக்கள் வாழும் பகுதியில் அவர்களோடு சேர்ந்து வாழ்ந்தார். அவருக்கு ஏழை மக்களின் வாழ்க்கைப் பிரச்சினைகளை நேரடியாகக் கண்டு உணரும் வாய்ப்பு கிடைத்தது. அவர் இளம் வயதிலேயே எழுதிய சிறு கதை ஒன்று அவருக்குத் தெரியாமலேயே வங்காளிப் பத்திரிகையொன்றில் பிரசுரிக்கப்பட்டுப் பெரும் பரபரப்பை யுண்டாக்கிவிட்டது. ஆசிரியர் பெயர் குறிப்பிடாமல் வெளிவந்த அந்தக் கதையை ரவீந்திரர்தாம் எழுதியிருப்பார் என்று பலர் நினைக்குமளவுக்கு அவ்வளவு சிறப்பாக இருந்தது அந்தக் கதை. இதன்பிறகு சரத்சந்திரர் ரங்கூனிலிருந்து கொண்டே கதைகள் எழுதியனுப்பத்தொடங்கிப் பெரும் புகழ் பெற்றார். 13 ஆண்டுகள் பர்மாவில் வசித்த பிறகு அவர் இந்தியா திரும்பி முழுநேர எழுத்தாளர் ஆனார். அவர் முதலில் சில ஆண்டுகள் ஹௌராவில் வசித்தார். பிறகு ஒரு கிராமத்தில் ஒரு வீடு கட்டிக் கொண்டார். அதன்பின் கொல்கத்தாவிலும் வீடு கட்டிக் கொண்டு வசித்தார். 1938-ஆம் ஆண்டில் காலமானார்.

அவர் மனித நேயம் மிக்கவர். பெண்களிடம் பரிவு கொண்டவர். பெண்களின் உரிமைகளுக்காகக் குரல் கொடுத்தவர். அவர் காலத்தில் இளம் விதவைகள் பட்ட அல்லல் அவருக்கு மிகவும் வேதனையளித்தது. வாழ்க்கையில் வஞ்சிக்கப்பட்ட, சுரண்டப்பட்ட ஏழை மக்களின் கதையை அவர் உருக்கமாகச்

சித்திரித்தார். இத்தகையோரின் வேதனைதான் தம்மைப் பேசச் செய்துவிட்டது என்று அவர் கூறுகிறார்.

சரத்சந்திரர் வெறும் எழுத்தாளர் மட்டுமல்லர், ஒரு சிறந்த தேசபக்தரும் கூட. அவர் தேசீய இயக்கத்தில் தீவிரமாக ஈடுபட்டுப் பல ஆண்டுகள் ஹௌரா மாவட்ட காங்கிரஸ் தலைவராகப் பணியாற்றினார். தேசபந்து சித்தரஞ்சன்தாஸ், சுபாஷ்சந்திரபோஸ் ஆகியோருடன் இணைந்து செயல்பட்டார்.

சரத்சந்திரர் பல நாவல்கள் எழுதினாலும் அவற்றில் மூன்றை மட்டுமே நாடகமாகவும் எழுதினார். அவற்றில் ஒன்றுதான் ‘ஷோடசி’. இது ‘தேனா பாவ்னா’ (கொடுக்கல் வாங்கள்) என்ற நாவலின் நாடக உரு.

அவருடைய பல நாவல்கள் திரைப்படமாகியுள்ளன. வேறு சில பிற்காலத்தில் நாடகமாக்கப்பெற்று மேடையேற்றப்பட்டன.

சரத்சந்திரரின் எல்லா நாவல்களும் கதைகளும் தமிழில் பெயர்க்கப்பட்டுள்ளன; சில இரண்டு மூன்று முறைகள் கூடப் பெயர்க்கப்பட்டுள்ளன.

‘தேனா பாவ்னா’ நாவல் ‘பைரவி’ என்ற தலைப்பில் த.நா. குமாரசாமி அவர்களால் தமிழில் பெயர்க்கப்பட்டுக் ‘கலைமகள்’ பத்திரிகையில் தொடராக வெளிவந்தபோது எனக்கு வயது பத்துதான். அப்போதே இந்தக் கதையைப் படித்தேன். இதன் முழுப் பொருளையும் புரிந்துகொள்ளும் பக்குவம் பெறாவிட்டாலும் ஜமீந்தாரையும் கிராமத்துப் பெரிய மனிதர்களையும் தன்னந்தனியே நின்று எதிர்க்கும் ஷோடசியின் பாத்திரப் படைப்பு அப்போது என் மனதில் ஆழமாக இடம்பெற்றுவிட்டது.

பிற்காலத்தில் பணி நிமித்தமாகக் கொல்கத்தா வந்த பின்னர் வங்காளி இலக்கியத்தை மூலமொழியில் பயிலவும் சரத்சந்திரரின் முழு ஆளுமையைப் புரிந்து கொள்ளவும் வாய்ப்பு பெற்றேன். சரத்சந்திரரின் பன்முகத் தன்மையைத் தமிழர்களுக்கு அறிமுகப் படுத்த அவரது வாழ்க்கை வரலாற்றை எழுதினேன்.

‘ஷோடசி’ பற்றிய ஒரு சுவையான செய்தி உண்டு. ‘தேனா பாவ்னா’ ஓர் இன்பியல் நாவல். ‘ஷோடசி’ நாடகமும் அப்படித் தான் அமைந்திருந்தது. பிரபல நடிகரும் நாடக இயக்குனருமான

சிசிர் குமார் பாதுரி என்பவர் அதை மேடையேற்ற விரும்பி சரத்சந்திரரை அணுகினார். நாடகம் துன்பியலாக, கதாநாயகனின் மரணத்தில் முடிந்தால் அந்த முடிவு இன்னும் சிறப்பாக, ரசிகர்களை ஈர்ப்பதாக இருக்கும் என்று எண்ணி அவர் நாடகத்தின் முடிவை மாற்றுமாறு சரத்சந்திரரைக் கேட்டுக் கொண்டார். சரத்சந்திரர் இதற்கு இணங்கவில்லை. பாதுரி கோபங்கொண்டு, "பாருங்கள், சரத்பாபு! நீங்கள் நாடகத்தின் முடிவை மாற்றத்தான் போகிறீர்கள். பிறகு என்னிடந்தான் வரப்போகிறீர்கள்!" என்று சொல்லிவிட்டுப் போய்விட்டார்.

இறுதியில் பாதுரியின் கூற்றே பலித்தது. அவரது கருத்து பொருத்தமானது என்றுணர்ந்த சரத்சந்திரர் நாடகத்தைப் துன்பியலாக மாற்றி பாதுரியிடம் கொண்டு வந்தார். நாடகம் சிறப்பாக மேடையேற்றப்பட்டு ரசிகர்களின் பாராட்டைப் பெற்றது.

'ஷோடசி' தமிழில் மேடையேற்றப்பட்டால் தமிழ் நாட்டிலும் இதற்கு நல்ல வரவேற்பு கிடைக்கும் என்று நம்புகிறேன்.

சு. கிருஷ்ணமூர்த்தி

பெயர்களும் பாத்திரங்களும்

ஜீவானந்த சௌதுரி	-	சண்டிகரின் ஜமீந்தார்
பிரபுல்ல ராய்	-	ஜீவானந்தனின் செயலாளர்
ஏக்கடி நந்தி	-	ஜீவானந்தனின் குமாஸ்தா
ஜனார்த்தன் ராய்	-	கிராமத்து லேவாதேவிக்காரர்
நிர்மல் பாசு	-	ஜனார்த்தன் ராயின் மருமகன், வக்கீல்
சிரோமணி	-	பிராமணப் பண்டிதர்
தாராதாஸ் சக்கரவர்த்தி	-	ஷோடசியின் தந்தை
சாகர் சர்தார்	-	ஷோடசியின் உதவியாள்
ஷோடசி	-	சண்டிதேவி (காளி)யின் பைரவி
ஹைமவதி	-	ஜனார்த்தன்ராயின் பெண், நிர்மலின் மனைவி

மற்றும் கோயில் பூசாரி, மாஜிஸ்டிரேட், போலீஸ் இன்ஸ்பெக்டர், சப்-இன்ஸ்பெக்டர், வல்லப் டாக்டர், பக்கிரி சாயபு, இன்னும் பலர்.

ஷோடசி

அங்கம் -1

காட்சி–1

இடம்- சண்டிகர் கிராமப் பாதை - மாலை நேரம்.

(சண்டிகரின் குறுகிய பாதை - இருள் மங்கலாகப் பரவிக் கொண்டிருக்கிறது. சிறிது தொலைவில் ஜமீந்தாரின் கச்சேரி வாசல் பக்கம் தெரிகிறது. இரண்டு பேர் அந்தப் பாதையில் போய்க் கொண்டிருக்கிறார்கள். அவர்களுக்குப் பின்னால் ஓர் உழவன். அவனது இடத்தோளில் கலப்பை, வெதுகையில் குச்சி, (மேடையில் தெரியாத) உழவு மாடுகளை விரட்டிக் கொண்டே செல்கிறான்.)

"ஏய் தலா நேரே போ!... ஏய் கேலோ என்ன மறுபடியும்! பேசாமே போகமாட்டே? பொறத்தியான் வீட்டுச் செடியைக் கடிச்சுத் திங்கிறியா!"

(குமாஸ்தா ஏக்கடி நந்தி மெதுவாக வருகிறான். கவலையோடு தொலைவில் எதையோ பார்க்க முயற்சிக்கிறான். அவனுக்குப் பின்னாலிருந்து வருகிறான் கச்சேரி சிப்பாய் விஸ்வம்பர். வரி வசூலுக்குப் போயிருந்தவன் ஜமீந்தார் வரும் செய்தி கேட்டு ஓடி வந்திருக்கிறான். அவன் கொண்டு வந்த தகவல் ஜமீந்தாரின் பல்லக்கு சிறிது நேரத்தில் வந்து சேர்ந்து விடுமாம்.)

விஸ்வம்பர் : *நந்திபாபு, என்ன சும்மா நின்னுக்கிட்டிருக்கே? ஜமீந்தாரய்யா வந்துக்கிட்டிருக்காரு....!*

ஏக்கடி : (திடுக்கிட்டுத் திரும்பி) உம்...

விஸ்வம்பர் : *என்ன 'உம்?' ஜமீந்தார் ஐயாவே வராராக்கும்!*

ஏக்கடி : (கேலியாக) *அதுக்கு நான் என்ன பண்ணட்டும்? முன்னாலே சொல்லாமே கொள்ளாமே இப்படி வந்து நின்னா? ஐயா வந்தாத் தலையைச் சீவிடுவாரா?*

விஸ்வம்பர் : (ஏக்கடியின் இந்தப் படபடப்புக்குக் காரணம் புரியாமல் சற்றுத் திகைத்து நின்றுவிட்டு) *அடேடே, பயந்து போயிட்டியா?*

ஏக்கடி : *எனக்கென்ன பயம்? இந்த ஆளுக்கு மாமா சொத்து தானே கிடைச்சிருக்கு? அதை யாரும் அப்பன் சொத்துன்னு சொல்ல மாட்டாங்களே! அந்த மாமாக்காரர் இந்த ஆளைத் தன் வீட்டுப் பக்கமே வரக்கூடாதுன்னு வச்சிருந்தார். தன் சொத்து இவருக்குக் கிடைக்கக் கூடாதுன்னு ஏற்பாடு செஞ்சிக்கிட்டிருந்தார். அவர் உயில் எழுதறதுக்குள்ளே செத்துப் போனதால்தானே இந்த ஆளுக்கு இந்த ஜமீந்தாரி கிடைச்சிருக்கு, இல்லாட்டி இந்த ஆளு இன்னிக்கு எங்கே இருப்பாருன்னு எனக்குத் தெரியாதாக்கும், ஹூம்!*

விஸ்வம்பர் : *தெரிஞ்சு ஒனக்கு என்ன லாபம் சொல்லு? இது மாமா இல்லே, மருமகன். நீ பேசறது காதிலே விழுந்தா ஒன்னை உசிரோட வச்சிருக்க மாட்டாரு, பிடிச்சுச் சுட்டுடுவாரு. இந்த மாதிரி எவ்வளவு பேரைச் சுட்டுக் கொன்னிருக்கார் தெரியுமா? அதனால்தான் யாரும் அவருக்கிட்ட வாயைத் தொறக்கறதில்லே.*

ஏக்கடி : *அட போப்பா. வாயைத் தொறக்கறதில்லையாம்? இதென்ன கேள்வி முறையில்லாத ராஜ்ஜியமா?*

விஸ்வம்பர் : *அது குடிகார ஆளுய்யா? எப்போதும் போதை... சுய நினைவே கிடையாது. ஈவிரக்கம் இல்லாத மனிதன். துப்பாக்கி, பிஸ்டல், கத்தி, கபடா இல்லாமே ஒரு அடி வக்கறதில்லே. கொன்னு போட்டாருன்னா என்ன பண்ணுவே?*

ஏக்கடி : *நீ அன்னிக்குப் பட்டணத்துக்குப் போனியே, அவரைப் பார்த்தியா?*

விஸ்வம்பர் : *தூரத்திலேருந்து பார்த்தேன்.. மீசையுந்தாடியுமா... ராச்சசன் மாதிரி... கண்ணுரெண்டும் சேப்பா,*

கன்னான் பட்டறை உலை மாதிரி... இங்கேயும் அங்கேயும் சுழலுது.

ஏக்கடி : விசு, எங்கேயாவது ஓடிப் போயிடுவோமா?

விஸ்வம்பர் : எங்கே ஓடிப் போக முடியும்? எங்கே போனாலும் கழுத்தைப் பிடிச்சு இளுத்துக்கிட்டு வந்து புதைச்சுடுவாரு.

ஏக்கடி : பின்னே என்ன செய்யறது சொல்லு! இந்த ஆளு சாந்தி குஞ்சத்திலேயே தங்கப் போறதாச் சொல்லிட்டா?

விஸ்வம்பர் : நான் எவ்வளவு தடவை ஒங்கிட்டே சொன்னேன், 'இந்தக் காரியத்தைச் செய்யாதே, நந்திபாபு'ன்னு! நீ வருசா வருசம் சாந்தி குஞ்சத்தை மராமத்து பண்றதாக் கணக்கு எழுதிவிட்டுப் பணத்தைச் சாப்பிட்டுட்டே! இந்த ஏழ சொல்லைக் கேக்கல்லே!

ஏக்கடி : நீ கச்சேரிச் சிப்பாய்... நீயுந்தான்...

விஸ்வம்பர் : இதோ பாரு, எம் மேலே குத்தஞ் சுமத்தற ஒன்னைச் சும்மா விடமாட்டேன், ஆமா!... பல்லக்கு வராப்பலே இருக்கு!...

(பல்லக்குத் தூக்கிகளின் குரல் கேட்கிறது. விஸ்வம்பர் ஓடிப்போக முயலும் ஏக்கடியின் கையை இறுகப் பிடித்துக் கொள்கிறான்.)

ஏக்கடி : கையை விடுடா கடங்காரா!

விஸ்வம்பர் : (தணிந்த குரலில்) எங்கே ஓடறே? பிடிச்சாச் சுட்டுக் கொன்னுடுவாரு!

(பல்லக்கு அவர்களுக்கு முன்னால் வந்து நிற்கிறது. ஜீவானந்தன் அதனுள்ளிருந்து தலையை நீட்டுகிறான்.)

ஜீவானந்தன் : ஏய், இந்த ஊர்லே ஜமீந்தாரோட கச்சேரி எங்கே இருக்கு தெரியுமா?

ஏக்கடி : அதுதாங்க, ஐயா.

ஜீவானந்தன் : நீ யாரு?

(ஏக்கடியும் விஸ்வம்பரும் தரையில் விழுந்து வணங்கு கிறார்கள்.)

ஏக்கடி : நான்தான் ஐயாவோட குமாஸ்தா ஏக்கடி நந்தி.

ஜீவானந்தன் : ஓ, நீ தானா சண்டிகர் சாம்ராஜ்யத்துச் சக்கரவர்த்தி ஏக்கடி? ஏக்கடி, ஒரு விஷயம் சொல்லி வைக்கிறேன் கேட்டுக்க... புகழ்ச்சிப் பேச்சு, எனக்குப் பிடிக்குந்தான். ஆனா அதிலேயும் ஒரு அளவு இருக்கணும். இதை மறந்திடாதே. இந்தக் கிராமத்திலே மொத்த வரி வசூல் எவ்வளவு?

ஏக்கடி : ஐயாயிர ரூபாங்க...

ஜீவானந்தன் : ஐயாயிரமா? நல்லது... நான் இங்கே அஞ்சாறு நாள் இருக்கப் போறேன். அதுக்குள்ளே எனக்குப் பத்தாயிர ரூபா வேணும். நாளைக் காலையிலே குடிமக்களைக் கச்சேரிக்கு வந்து என்னைப் பார்க்கச் சொல்லு.

ஏக்கடி : உத்தரவு!

ஜீவானந்தன் : இந்த ஊர்க்குடிகளிலே போக்கிரிகள் யாராவது இருக்காங்களா?

ஏக்கடி : அப்படியொருத்தரும் இல்லேங்க... அந்தத் தாராதாஸ் சக்கரவர்த்திதான். ஆனா அவனும் ஒங்க குடியில்லே.

ஜீவானந்தன் : யாரு அந்தத் தாராதாஸ்?

ஏக்கடி : சண்டிகோவில் பணியாள்.

ஜீவானந்தன் : ஓ அந்த ஆளுதானே ரெண்டு வருஷம் முன்னாலே குடிகள் சம்பந்தப்பட்ட ஒரு வழக்கிலே என் மாமாவுக்கு எதிரா சாட்சி சொன்னவன்?

ஏக்கடி : ஆமாங்க அவனேதான்!... ஒரு விசயமும் ஐயா கவனத்துக்குத் தப்பறதில்லே.

ஜீவானந்தன் : உம், அவனாலே அந்த வருஷம் ரொம்பப் பணம் நஷ்டமாயிடுச்சு... அவன்கிட்ட எவ்வளவு நிலம் இருக்கு?

ஏக்கடி	:	அறுவது எழுவது பீகாவுக்குக் குறையாதுங்க.
ஜீவானந்தன்	:	இன்னிக்கே அவனைக் கூப்பிட்டுச் சொல்லிடு... பீகாவுக்குப் பத்து ரூபா வீதம் எனக்குக் காணிக்கை கொடுக்கணும்னு.
ஏக்கடி	:	(தயக்கத்துடன்) ஐயா, அது கோவில் மானியங்க... அதுக்கு வரி கிடையாதுங்க.
ஜீவானந்தன்	:	இந்தக் கிராமத்திலே கோவில் மானியம் ஒரு பொட்டு நிலங்கூட இல்லே. எனக்குக் காணிக்கை கொடுக்கல்லேன்னா அவ்வளவு நிலத்தையும் பறிமுதல் பண்ணிடுவேன்.
ஏக்கடி	:	இன்னிக்கே ஐயாவோட உத்தரவை அவன் கிட்டே சொல்லிடறேன்.
ஜீவானந்தன்	:	இன்னும் ரெண்டு நாளிலே பணம் வரணும்னு சொல்லிடு.
ஏக்கடி	:	ஆனா... ஐயா...
ஜீவானந்தன்	:	ஆனா கீனாவெல்லாம் வேண்டாம். பாரூயி ஆத்தங்கரையிலேதானே சாந்திகுஞ்சம்? மகாவீர் பல்லக்கைத் தூக்கிக் கிட்டுப் போகச் சொல்லு.
		(பல்லக்கு பார்வையிலிருந்து மறைகிறது.)
ஏக்கடி	:	நான் பயந்தபடியே நடந்துடுத்து விசு. சாந்தி குஞ்சத்திலேதான் தங்கப் போறாராம்.
விஸ்வம்பர்	:	பின்னே என்ன, இந்தக் கச்சேரி வீட்டிலேயா தங்குவாரு?
ஏக்கடி	:	ஐயோ, அங்கே உள்ளே நுழையவே வழி இருக்குதோ இல்லையோ! கதவையெல்லாங் கூடத் திருடன் கொண்டு போயிருக்கலாம். உள்ளே புலியும் கரடியும் ஒக்காந்திருக்கலாம். அங்கே என்ன இருக்குது, என்ன இல்லேன்னே தெரியாது எனக்கு!
விஸ்வம்பர்	:	எனக்கும் அதெல்லாம் என்ன தெரியும்? நான் என்ன புலி கரடிகிட்ட வரி வசூல் பண்ணப் போனேனா?

ஏக்கடி : இந்த ராத்திரிலே அங்கே விளக்கு, ஆளுபடை, சாப்பாடு எல்லாத்துக்கும் என்ன ஏற்பாடு செய்வேன்?

விஸ்வம்பர் : தெருவிலே நின்னுக்கிட்டு அளுதா ஆளு சேர்ந்துடும். ஆனா விளக்கு, சாப்பாடு இதெல்லாந் தான்...

ஏக்கடி : ஒனக்கென்ன! நீ எதுவேணாலும் பேசுவே, திருட்டு ராஸ்கல்!

❖

காட்சி-2

இடம் - சாந்தி குஞ்சம்

(பாரூயி ஆற்றங்கரையில் ஜமீந்தாரின் உல்லாச மாளிகை சாந்திகுஞ்சம். சரியான கவனிப்பின்றிப் பாழடைந்திருக்கிறது. அதன் ஓர் அறையில் ஒரு மரக்கட்டிலின் மேல் படுக்கை விரிக்கப்பட்டிருக்கிறது. அதன் மேல் விரிக்க சாதாரணப் படுக்கை விரிப்பு இல்லாததால் ஒரு விலையுயர்ந்த சால்வை விரிக்கப் பட்டிருக்கிறது. தலைமாட்டில் ஒரு வட்ட மேஜை. அதன் மேல் இருக்கும் ஒரு தடிமனான புத்தகத்தின் மேல் பாதி எரிந்த மெழுவர்த்தி நிற்கிறது. அதற்குப் பக்கத்தில் ஒரு பிஸ்டல். கைக்கருகில் ஒரு சிறு ஸ்டூலின்மேல் சாராய போத்தல், டம்ளர், சோடா போத்தல். அதற் கருகில் ஒரு விலையுயர்ந்த தங்கத்தாலான பாக்கெட் வாட்ச். அது சாம்பல் கிண்ணமாகப் பயன்படுகிறது. பாதியெரிந்த ஒரு சுருட்டு அதில் புகைந்து கொண்டிருக் கிறது எதிர் சுவரில் இரண்டு நேபாளிக் கத்திகள் தொங்குகின்றன. மூலையில் ஒரு துப்பாக்கி. தரையில் ஒரு செத்த நரியின் உடல். அதிலிருந்து ஒழுகிய ரத்தம் உறைந்து கிடக்கிறது. சில காலி சாராய போத்தல்கள் தரையில் கிடக்கின்றன. ஒரு தட்டில் சாப்பிட்ட உணவு வகைகளின் மிச்சம். அருகில் கிடக்கும் விலையுயர்ந்த சால்வை யொன்றில் எச்சில் கை துடைக்கப்பட்டிருக் கிறது. ஜீவானந்தன் படுக்கையில் ஒருக்களித்துப் படுத்திருக்கிறான். கால்பக்கத்துச் சாளரத்துக்குக்

கதவில்லை. அது வழியே ஒரு மரக்கிளை உள்ளே எட்டிப் பார்க்கிறது.)

(அறைக்கதவைத் திறந்து கொண்டு பிரபுல்லன் உள்ளே நுழைகிறான்.)

பிரபுல்லன் : அந்த ஆள் இங்கேயும் வந்திருந்தான், அண்ணா.

ஜீவானந்தன் : யாரு?

பிரபுல்லன் : கரும்புப் பண்ணையும் சீனித் தொழிற் சாலையும் வைக்கறதுக்காகத் தெக்கத்தி நிலத்தை வாங்க ஆசைப்படறானே அந்த மதராசியோட ஆளு... நிசமாகவே அந்த நிலத்தை வித்துவிடப் போறீங்களா?

ஜீவானந்தன் : நிச்சயம்! எனக்கு ரொம்பப் பணம் தேவை.

பிரபுல்லன் : அப்படீன்னா குடிமக்கள் அழிஞ்சு போயிடு வாங்க.

ஜீவானந்தன் நா பொழச்சுக்கலாமே!

பிரபுல்லன் : இன்னொருத்தர் ஒங்களைப் பார்க்க வந்துருக் கார். பேரு ஜனார்த்தன் ராயாம். உள்ளே வரச் சொல்லவா?

ஜீவானந்தன் : இப்போ வேண்டாம்ப்பா... மகாத்மாக்களைத் தரிசனம் பண்ண உரிய கால நேரம் உண்டு. நினைச்ச போதெல்லாம் பார்க்கக்கூடாதுன்னு சாஸ்திரம் சொல்லுது.

பிரபுல்லன் : (புன்சிரிப்புடன்) ஆளு பெரிய பணக்காரனாம்.

ஜீவானந்தன் : பணக்காரனில்லே, கெட்டிக்காரன். எந்த விதமான சிட்டா, கணக்கு நோட்டு, பத்திரம் புரோநோட்டு வேணும்னாலும் தயாரிக்கறதிலே சூரன். பெரிய படைப்பாளி யாக்கும்!

பிரபுல்லன் : இந்த மாதிரி ஆளுங்களுக்கு எடம் கொடுக்காதீங்க அண்ணா.

ஜீவானந்தன் : அதுக்கு அவசியமில்லேப்பா. இந்த ஆளு ரொம்பப் பெரிய இடங்களிலே பொழங்கறவர். நான் இவருக்கு ஒரு லட்சியமே இல்லை.

பிரபுல்லன் : அந்த நிலம் பூரா உங்களுக்கு சொந்தம் இல்லியாமே! இது விஷயமா...

ஜீவானந்தன் : இதோ பாரு பிரபுல்லா- இதிலே நீ தலையிடாத. எனக்குக் கழுத்து மட்டும் கடன். நான் சட்டம், முறை எல்லாம் பார்த்துக்கிட்டிருந்தாப் பாதாளத்துலே முழுகிப் போயிடுவேன்.

(ஒரு டம்ப்ளர் சாராயம் குடித்துவிட்டு)

நான் பாதாளத்தில் சீக்கிரமே முழுகிடுவேன்னு நினைக்கிறியா? அது எனக்குத் தெரியும். அதுலேருந்து கரையேற முடியாதுன்னும் தெரியும்.

(பிரபுல்லன் மௌனமாகத் தலைநிமிர்ந்து பார்க்கிறான்.)

ஒங்கிட்டே ஒரு பெரிய குறை என்னன்னா, ஒரு பொருள் அழியறது நிச்சயம்னு தெரிஞ்சும் அதுக்காக வருத்தப்படறதுதான்.

சரி, நீ போய் ஏக்கடியை அனுப்பு. அப்புறம் நீ ஒரு தடவை பட்டணத்துக்குப் போய் அந்த மதராசி பாபுவோடே பேசி விஷயத்தை முடிச்சுட்டு வரணும்.

பிரபுல்லன் : அப்படீன்னா இப்பவே கிளம்பறேனே... அந்த பாபுவோட ஆளு வண்டி கொண்டு வந்திருக்கான்.

ஜீவானந்தன் : சரி போயிட்டு வா.

(பிரபுல்லன் போகிறான். ஏக்கடி வருகிறான்.)

என்ன ஏக்கடி, வரி வசூல் நடக்குதா?

ஏக்கடி : நடக்குதுங்க ஐயா.

ஜீவானந்தன் : தாராதாஸ் பணங் கொடுத்தானா?

ஏக்கடி : லேசிலே கொடுக்க சம்மதிக்கல்லே. காதைத் திருகி மெரட்டினப்புறம் கடைசிலே கொடுக்கறதா ஒப்புத்துக்கிட்டு வீட்டுக்குப் போயிருக்கான். இன்னிக்குத் தர்றதாப் பேச்சு... இன்னும் ஆளைக் காணோம். அதனாலே மகாவீர் சிங்கையும் பல்லக்குத் தூக்கிகளையும் அவன் வீட்டுக்கு அனுப்பியிருக்கேன்.

ஜீவானந்தன் : (சாராயம் குடித்துக் கொண்டே) சரி, இங்கே வெளிநாட்டுச் சரக்கு விக்கற கடை இல்லேன்னு நினைக்கிறேன்... பரவாயில்லே. என் கிட்டே இருக்கற ஸ்டாக்கே கொஞ்ச நாளுக்குக் காணும். ஆனா இன்னொரு விஷயம், ஏக்கடி...

ஏக்கடி : சொல்லுங்க.

ஜீவானந்தன் : நான் கலியாணம் பண்ணிக்கல்லே. பண்ணிக் கவும் மாட்டேன்னு தோணுது. ஆனா அதுக்காக நான் ஒண்ணும் பீஷ்மன் இல்லே. மகாபாரதம் படிச்சிருக்கியா இல்லியா? நான் பீஷ்மனும் இல்லே, சுகனும் இல்லே... புரியுதா?

(ஏக்கடி குனிந்து கூச்சத்தோடு தலையசைக்கிறான்.)

என் தேவையைக் கண்டவங்கிட்டேயெல்லாம் சொல்லி ஏமாந்து போகப் பிடிக்கல்லே எனக்கு... சரி, போ.

ஏக்கடி : நான் போய் தாராதாஸைக் கவனிக்கறேங்க. அவன் இதுக்குள்ளே குடிமக்களைக் கிளப்பி விடாமே இருக்கணும்.

ஜீவானந்தன் : குடிகளைக் கிளப்பி விடுவானா? நான் இருக்கற போதேயா?

ஏக்கடி : இவங்கள்ளாம் எதுக்குந் துணிஞ்சவங்க, ஐயா.

ஜீவானந்தன் : தாராதாஸ் ஒருத்தனைப் பத்தித்தானே இப்பப் பேச்சு? இதிலே 'இவங்க' எங்கே வந்தது?

ஏக்கடி : தாராதாஸோட பொண்ணு பைரவி பெரிய ராட்சசி. தாராதாஸ் அப்படியொண்ணும் மோசமானவனில்லே. ஊரிலே இருக்கற முரடங்க எல்லாரும் அவ சொல்றபடி ஆடறாங்க.

ஜீவானந்தன் : அப்படியா? அவளுக்கு என்ன வயசு? பார்க்க எப்படியிருப்பா?

(அறை கொஞ்சங் கொஞ்சமாக இருள் சூழ்கிறது)

ஏக்கடி : வயசு இருபத்தஞ்சு இருபத்தாறு இருக்கும். அழகா, பார்க்க ஒரு சிப்பாய் மாதிரி இருப்பா. பொண்ணோட லச்சணமே இல்லே... எப்பப் பார்த்தாலும் சண்டைக்குத் தயாரா இருப்பா. அதனால் தான் இந்த ஊர்க் கீழ்ச்சாதிக்காரங்க எல்லாரும் அவளையே சண்டி தேவதைன்னு நினைச்சுக்கிட்டிருக் காங்க.

ஜீவானந்தன் : (ஆவலுடன் எழுந்து உட்கார்ந்து கொண்டு) இந்த பைரவி கலாசாரம் என்ன, கொஞ்சம் வெளக்கமாச் சொல்லு!

ஏக்கடி : பைரவிங்கறது பேரு இல்லே. அது ஒரு பட்டம். சண்டி கோவில் தர்மகர்த்தாவோட பட்டம் அது. இப்ப இருக்கற பைரவியோட சொந்தப் பேரு ஷோடசி. இதுக்கு முந்தி இருந்த பைரவி பேரு மாதங்கினி... இந்த ஊர் மரபு என்னன்னா, பொண்கள்தான் கோவில் தர்மகர்த்தாவாயிருக்கணும். அதுவும் கலியாணமான பெண்கள். ஆனா கலியாணத் துக்கு மூணு ராத்திரிக்கு அப்புறம் அவங்க கணவனைப் பிரிஞ்சுடணும். அதனாலே பைரவியாத் தேர்ந்தெடுத்த பொண்ணுக்கு எங்கேயிருந்தாவது ஒரு ஏழைப் பையனைக் கூட்டிக்கிட்டு வந்து கலியாணம் பண்ணி வைப்பாங்க. கலியாணத்துக்கு மறுநாளே ஏதாவது பணத்தைக் கொடுத்து அவனை வெரட்டிடுவாங்க. அவன் மறுபடி இந்தப் பக்கமே வரக்கூடாது.

ஜீவானந்தன் : அட பாவமே, ஒரேயடியா வெரட்டிடு வாங்களா? பைரவி ராத்திரி வேளையிலே ஏகாந்தமா இருந்துக்கிட்டு அவனுக்கு ஒரு டம்ளர் கள்ளு கூடத் கொடுக்க முடியாதா? மசாலையரைச்சு ஒரு வாய் சாப்பாடு சமைச்சுப் போட முடியாதா?

ஏக்கடி : (தலையை ஆட்டி) முடியாதுங்க... ஆனா புருசனைத் தொடக்கூடாதுங்கறதுக்காக எல்லா பைரவியும் ஆம்பளைய நெருங்கக் கூடாதுன்னு இருக்கறதில்லே. மாதங்கினி பைரவியைத்தான் பார்த்திருக்கேனே! இந்த ஷோடசி மட்டும் என்ன? எதுக்கெடுத்தாலும் சண்டை வழக்குக்குத் தயாராயிருக்கறவ வேறே எப்படியிருப்பா சொல்லுங்க!

ஜீவானந்தன் : பொம்பளை மடாதிபதிதான்! பரவாயில்லே... ஏக்கடி, விளக்கை ஏத்து.

ஏக்கடி : (விளக்கை ஏற்றி வைத்துவிட்டு) நான் வரட்டுங்களா, ஐயா.

ஜீவானந்தன் : அந்தப் புஸ்தகத்தை எடுத்துக் கொடுத்திட்டுப்போ.

(ஏக்கடி புத்தகத்தைக் கொடுத்து விட்டுப் போகிறான். ஜீவானந்தன் புத்தகம் படிக்கத் தொடங்குகிறான் வெளியே காலடிச் சத்தம் கேட்கிறது.)

ஜீவானந்தன் : யாரது?

சிப்பாய்த் தலைவன் : (ஒரு பெண்மணியுடன் நுழைந்து) அந்த ராஸ்கல் தாராதாஸ் ஓடிப் போயிட்டானுங்க... நாங்க அவனோட பொண்ணைப் பிடிச்சுக்கிட்டு வந்திருக்கோம்.

ஜீவானந்தன் : (திடுக்கிட்டு, புத்தகத்தைக் கீழே எறிந்துவிட்டு) யாரை?... பைரவியையா?... (சற்றுநேரம் மௌனம்) சரி, நீ போ.

(சிப்பாய் வெளியே போகிறான்)

(ஷோடசியைப் பார்த்து) இன்னிக்கு நீங்க பணம் செலுத்தறதாப் பேச்சு, கொண்டு வந்திருக்கியா?

(அவளிடமிருந்து பதில் இல்லை)

-கொண்டு வரல்லேன்னு தெரியுது... ஏன்?

ஷோடசி : எங்ககிட்டே இல்லே.

ஜீவானந்தன் : இல்லேன்னா இன்னிக்கு ராத்திரி முழுதும் என் சிப்பாய்களோட கழிக்க வேண்டியது தான். அப்படீன்னா என்னன்னு தெரியுமா ஒனக்கு?

(ஷோடசியின் முகம் வெளுத்து விடுகிறது. அவள் மயக்கமாகிக் கீழே விழுந்து விடாமலிருக்க நிலைப்படியைக் கெட்டியாகப் பிடித்துக் கொள்கிறாள். அவளது முகத்தைச் சிறிது நேரம் உற்றுப் பார்த்து விட்டுத் திகைக்கிறான் ஜீவானந்தன். பிறகு விளக்கைக் கையிலெடுத்துக் கொண்டு அவளருகில் வருகிறான். அவளுடைய காவியுடை, விரிந்த கூந்தல், வெளுத்த உதடுகள், ஆரோக்கியம் வாய்ந்த உறுதியான உடல் இவற்றைப் பார்த்துக் கொண்டே சிறிது நேரம் நிற்கிறான்)

ஜீவானந்தன் : (தன்னிடத்துக்குத் திரும்பிப் போய் இரண்டு மூன்று டம்ளர் சாராயத்தைக் கடகடவென்று குடித்துவிட்டு) ஒன் பேரு ஷோடசியா? (அவள் மௌனம்). ஒனக்கு என்ன வயசு! (இப்போதும் அவளிடமிருந்து பதில் வராதது கண்டு கடுமையாக) வாயை மூடிக்கிட்டிருந்தாப் பிரயோசனம் ஒண்ணு மில்லே. பதில் சொல்லு!

ஷோசி : (மெல்லிய குரலில்) என் வயசு இருபத்தெட்டு.

ஜீவானந்தன் : சரி... அப்படீன்னா, சுமார் இருபது வருஷமா நீ பைரவியா இருக்கே... இதுக்குள்ளே நிறைய சம்பாதிச்சிருப்பே. ஏன் பணமில்லேங்கறே?

ஷோடசி : என்கிட்டேதான் பணமில்லேன்னு நான் சொன்னேனே!

ஜீவானந்தன் : அப்படீன்னா, பாக்கிப்பேர் செய்யறதை நீயும் செய்! நிலத்தை அடகு வச்சோ வித்தோ பணம் புரட்டு!

ஷோடசி : மத்தவங்களுக்கு சொந்த நிலம் இருக்கு, அவங்களாலே முடியும். ஆனா என் வசம் இருக்கற நிலம் சாமி சொத்து, அதை விக்க எனக்கு உரிமையில்லே.

ஜீவானந்தன்	:	(சிரித்துவிட்டு) வாங்கிக்கற உரிமை எனக்கு மட்டும் இருக்கா? ஒரு காசு கூட இல்லே! இருந்தாலும் வாங்கிக்கறேன், ஏன்னா எனக்குத் தேவைப்படுது. இந்தத் தேவைதான் வாழ்க்கையிலே உண்மையான உரிமை - அப்போ நீயும் எனக்கு பணம் கொடுக்கத்தான் வேணும் - புரிஞ்சுதா?... நீ தனியாக இந்த இருட்டிலே வீட்டுக்குப் போவியா? என் சிப்பாய்களோட ஒன்னைக் கூட்டியனுப்ப விரும்பல்லே நான்.
ஷோடசி	:	நீங்க அனுமதிச்சா நான் போகத் தயார்.
ஜீவானந்தன்	:	(வியப்புடன்) இந்த இருட்டிலேயா? தனியாவா? ரொம்பக் கஷ்டமாயிருக்குமே (சிரிக்கிறான்).
ஷோடசி	:	எனக்குப் போயாகணும்.
ஜீவானந்தன்	:	(சிரித்துக் கொண்டு) சரி, பணந்தான் தரல்லே, அதுக்குப் பதிலா வேறே ஏதாவது வசதி...
ஷோடசி	:	ஒங்க வசதியெல்லாம் ஒங்களோட இருக்கட்டும், என்னைப் போகவிடுங்க.
		(வாயில்பக்கம் முன்னேறுகிறாள்... வெளியில் இருக்கும் சிப்பாய்களைப் பார்த்துக் தயங்கி நிற்கிறாள்)
ஜீவானந்தன்	:	(முகத்தைக் கடுமையாக வைத்துக் கொண்டு) நீ குடிக்கற துண்டா?
ஷோடசி	:	இல்லே
ஜீவானந்தன்	:	ஒனக்குச் சில சிநேகிதங்க இருக்கறதாக் கேள்விப்பட்டேன்... நிசமா?
ஷோடசி	:	பொய்!
ஜீவானந்தன்	:	(சிறிது மௌனத்துக்கு பிறகு) ஒனக்கு முந்தியிருந்த எல்லா பைரவியும் கள்ளு குடிக்கறதுண்டு. மாதங்கினி பைரவியோட நடத்தை கூடச் சரியில்லேன்னு சொல்றாங்க... நிசந்தானா?
ஷோடசி	:	(வெட்கத்துடன், தணிந்த குரலில்) நிசந்தான்னு கேள்வி.

ஜீவானந்தன் : கேள்வியா? ரொம்ப சரி... அப்படீன்னா நீ மட்டும் ஏன் வழக்கத்துக்கு விரோதமாய் இருக்கணும்? (திடீரென்று நிமிர்ந்து உட்கார்ந்து கொண்டு, கடுமையான குரலில்) நான் பொம்பளை களோட விவாதம் பண்றதில்லே, அவங்களோட கருத்துக்களிலேயும் எனக்கு அக்கறையில்லே. நீ நல்லவளா, கெட்டவளா என்று விசாரிச்சுக் கிட்டு இருக்க எனக்கு நேரமில்லே. இவ்வளவு காலமாப் பைரவிகள் எப்படி வாழ்ந்தாங்களோ அப்படியே நீயும் இருந்தால் போதும்!... இன்னி ராத்திரி நீ இங்கே இருக்கணும்?

(ஷோடசி திடுக்கிட்டு மரம் போல் நிற்கிறாள்.)

- உங்கிட்டே நான் ஏன் இவ்வளவு பொறுமையா இருக்கேன்னு எனக்கே புரியல்லே. வேறே யாராவது என்கிட்டே இந்த மாதிரி அகம்பாவமா நடந்துகிட்டா அவளை நேரே என் சிப்பாய்கள்கிட்டே அனுப்பியிருப்பேன்.

ஷோடசி : (சட்டென்று அழுதுகொண்டு, கைகூப்பி) என்கிட்டே இருக்கறதையெல்லாம் எடுத்துக்கிட்டு என்னை விட்டுடுங்க!

ஜீவானந்தன் : ஏன் விடணும் சொல்லு! இந்த மாதிரி அழுகையும், கெஞ்சலும் எனக்குப் புதிதில்லே. ஆனா அந்தப் பொம்பளைகளுக்குப் புருசன், குழந்தை குட்டிகள் இருந்தாங்க. அவங்க நிலையை என்னாலே புரிஞ்சுக்க முடியும். (ஷோடசி நடுங்குகிறாள்) ஆனா ஒனக்குத்தான் அந்தப் பிக்கல் பிடுங்கல் கிடையாதே! நீ ஒன் புருசனைப் பார்த்து எவ்வளவோ வருஷம் ஆயிடுச்சு... தவிர இதிலே எல்லாம் ஒங்களுக்குத் தோஷமில்லே.

ஷோடசி : எனக்கு என் புருஷனை நல்லா ஞாபகமில் லேங்கறது உண்மைதான். ஆனா அவர் இருக்கார்... நான் சத்தியமாச் சொல்றேன்,

நான்இதுவரை ஒரு தப்பும் பண்ணல்லே. தயவு செஞ்சு என்னை விட்டுடுங்க...

ஜீவானந்தம் : மகாவீர்!

ஷோடசி : (பயந்து போய் அழுதுகொண்டே) ஐயோ என்னைக் கொன்னு போட்டாலும் சரி... தயவு பண்ணி...

(ஒருவன் வந்து நிற்கிறான்)

ஜீவானந்தன் : நீ இவங்களோடு அறைக்குப் போய் உன் வீரத்தைக் காட்டு... மகாவீர்.

ஷோடசி : (தரையில் விழுந்து அழுது கொண்டே) யாரும் என்னை உசிரோட இங்கேயிருந்து இழுத்துக் கிட்டுப் போக முடியாது. எனக்கு என்ன நேர்ந்தாலும் ஒங்க கண் முன்னாலே நடக்கட்டும். என்ன இருந்தாலும் நீங்க பெரிய மனுஷர்... பிராமணர்...

ஜீவானந்தன் : (கடுமையாகச் சிரித்துக் கொண்டு) ஒம் பேச்சு கேக்க நல்லாத்தானிருக்கு. ஆனா அழுகையைப் பார்த்து எனக்கு இரக்கம் வரதில்லே. பொம்பளைகள்கிட்டே எனக்குப் பாசம் கொஞ்சங்கூட இல்லே. எனக்குப் பிடிக்கல் லேன்னா வேலைக் காரங்ககிட்ட அனுப்பிச் சுடுவேன்... ஒன்னையும் அனுப்பிச்சிருப்பேன். ஆனா ஒன்மேலே கொஞ்சம் பரிவு உண்டாகுது... காரணம் புரியல்லே இப்போ... போதை தெளிஞ்சாத்தான் புரியும் போலே இருக்கு.

மகாவீர் : (கதவருகே வந்து) கூப்பிட்டீங்களா, ஐயா?

ஜீவானந்தன் : (பக்கத்து அறையைக் காட்டி) இவளை இன்னி ராத்திரி அந்த அந்த அறையிலே அடைச் சுவை. நாளைக்கு பார்த்துக்கலாம்.

ஷோடசி : (கண்ணீர் உகுத்தவாறு) என் நிலையைப் கொஞ்சம் யோசிச்சுப்பாருங்க! இதுக்கப்புறம் நான் தலையை வெளியே காட்டமுடியுமா?

ஜீவானந்தன் : ரெண்டுமூணு நாளுக்குச் கூச்சமாயிருக்கும். அப்புறம் சரியாப் போயிடும்... காலையிலிருந்தே

என் கல்லீரல் வலிச்சுக்கிட்டிருக்கு... இப்போ திடீர்னு வலி ரொம்ப ஜாஸ்தியாயிடுச்சு... என்னைத் தொந்தரவு பண்ணாதே... போ?

மகாவீர் : எழுந்திருடி, ஏ பொம்பளை!

ஜீவானந்தன் : (மிகவும் கோபத்துடன்) டேய், நாக்கை அடக்கிப் பேசு! இனிமே என் உத்தரவில்லாம யாராவது பொம்பளையை இழுத்துக்கிட்டு வந்தியோ ஒன்னைச் சுட்டுக் கொன்னுடுவேன்.

(தலையணையை எடுத்து வயிற்றில் வைத்து அழுத்திக் கொண்டு வலி தாங்காமல் முனகுகிறான்) இன்னிக்கு அந்த அறையிலே இரு. நாளைக்கு ஒன் பதிவிரதைத் தன்மையைப் பத்தி விசாரணை பண்றேன்... டேய், அவளைக் கூட்டிக்கிட்டுப் போடா!

மகாவீர் : (மெல்லிய குரலில்) வாங்க.

(ஷோடசி பதில் சொல்லாமல் எழுந்து நடக்கிறாள்)

ஜீவானந்தன் : ஷோடசி, கொஞ்சம் நில்லு. பிரபுல்லனும் இப்போ இல்லே. ஒனக்குப் படிக்கத் தெரியுமா?

ஷோடசி : தெரியும்.

ஜீவானந்தன் : அப்போ ஒரு காரியம் செய். அதோ அங்கே ஒரு பொட்டி இருக்கும். அதுக்குள்ளே ஒரு அட்டைப் பொட்டி இருக்கும். அதிலே சிறிதும் பெரிதுமா நிறைய பாட்டில் இருக்கும். ஒரு பாட்டில் மேலே வங்காளியிலே 'மார்பியா'ன்னு எழுதியிருக்கும். அது ஒரு தூக்க மருந்து. அதிலே கொஞ்சம் எடுத்து ஊத்திக் கொடு... ஆனா ஜாக்கிரதை, கொஞ்சந்தான் கொடுக்கணும் - பயங்கர விஷம் அது! ... மகாவீர், விளக்கைக் காட்டு.

ஷோடசி : (நடுங்கும் கைகளால் அந்த பாட்டிலை எடுத்து) எவ்வளவு கொடுக்கணும்?

ஜீவானந்தன் : (வலிதாங்காத நிலையில்) அதான் சொன்னேனே... கொஞ்சம்னு! என்னாலே எழுந்திருக்க முடியாது, கை நடுங்குது, கண்ணும் சரியாத்

தெரியல்லே... அங்கேயே ஒரு அவுன்ஸ் கிளாஸ் இருக்கு பாரு, அதிலே பாதிக்கும் குறைவாகக் கொடு. கூடப் போயிருச்சுன்னா நிரந்தரத் தூக்கமாயிடும். ஒன் சண்டியோட அப்பா வந்தாலும் எழுப்ப முடியாது.

(ஷோடசி நடுங்கும் கைகளால் மருந்தை எடுத்து அளந்து ஊற்றி ஜீவானந்தனிடம் கொடுக்கிறாள்.)

ஜீவானந்தன் : (கண்களை மூடியவாறே அதைக் குடித்துவிட்டு) ரொம்பக் குறைச்சலாக் கொடுத்துட்டே போலேருக்கு... பரவாயில்லே, இப்போதைக்கு இது போதும்.

(ஷோடசி பக்கத்து அறைக்குப் போகத் திரும்புகிறாள். அப்போது ஏக்கடி பரபரப்போடு உள்ளே நுழைந்து ஜீவானந்தனின் காதில் ஏதோ சொல்லுகிறான். ஜீவானந்தனின் முகத்தோற்றம் மாறுகிறது. ஷோடசி திகைத்துப் போய் அங்கேயே நிற்கிறாள்.)

ஜீவானந்தன் : (கையை நீட்டி, ஷோடசியை) கிட்டே வா, பயப்பட வேண்டாம். போலீஸ் இந்த வீட்டைச் சூழ்ந்துக்கிட்டிருக்கு. மாஜிஸ்டிரேட் வந்திருக்கார். (ஷோடசி திடுக்கிடுகிறாள்) மாஜிஸ்டிரேட் இங்கே கொஞ்ச தூரத்திலே கூடாரம் போட்டிருந்தாராம். ஒன்னோட அப்பா அவர்கிட்டே போய்ப் புகார் பண்ணி யிருக்கார். மாஜிஸ்டிரேட்டுக்கு ஏற்கெனவே என் மேலே காட்டம் உண்டு. என்னைக் கையுங் களவுமாப் பிடிக்க முன்னாலேயே முயற்சி பண்ணியிருக்கார், முடியல்லே. இப்போ நல்லா மாட்டிக்கிட்டேன். (சிறிது சிரிக்கிறான்.) என்னைப் பழிவாங்க நல்ல வாய்ப்பு ஒனக்கு. நீ நினைச்சா என்னை ஜெயிலுக்கு அனுப்பலாம்.

ஷோடசி : இதுக்காக ஜெயில்லே போடமுடியுமா?

ஜீவானந்தன் : மாஜிஸ்டிரேட்டாலே முடியும். இதுக்கு முன்னாலே பாதுர்பாகான் லாட்ஜிலே தங்கியிருந்த போது இவரோட உத்தரவாலே

தான் இருபது நாள் லாக்கப்பிலே இருந்தேன். ஜாமீன்லே விடுதலை பண்ண மாட்டேன்னுட்டாரு. அப்போ ஜாமீன் கொடுக்கவும் யாரும் தயாராயில்லே.

ஷோடசி : (ஆவலோடு) நீங்க பாதுர்பாகான் லாட்ஜிலே தங்கியிருந்தீங்களா?

ஜீவானந்தன் : ஆமா... அப்போ ஒரு காதல் சிக்கல்லே மாட்டிக்கிட்டேன். என் காதலியோட புருஷன் என்னைப் போலீசிலே ஒப்படைச்சான். அது பெரிய கதை... மாஜிஸ்டிரேட் என்னை மறக்கல்லே. இன்னிக்குக்கூடத் தப்பியோடியிருக்கலாம், ஆனா என்னாலே நகரக் கூட முடியல்லே.

ஷோடசி : (மெல்லிய குரலில்) ஒங்க வலி குறையல்லியா?

ஜீவானந்தன் : இல்லே. இது சொஸ்தமாகிற வியாதியில்லே.

ஷோடசி : நான் என்னசெய்யணும்?

ஜீவானந்தன் : நீயாத்தான் இங்கே வந்தே, இங்கே இருக்கே அப்படீன்னு சொல்லணும். நான் ஒன் மானிய நிலத்தைத் தொடல்லே. ஒனக்கு ஆயிர ரூபாய் ரொக்கமாத்தாரேன்- காணிக்கைப் பணத்தைப் பத்திப் பேச்சு இல்லே...

(ஏதோ சொல்ல வந்த ஏக்கடி ஷோடசியின் முகத்தைப் பார்த்து மௌனமாகிறான்.)

ஷோடசி : (சிரித்துவிட்டு) நான் அப்படிச் சொன்னா அதுக்கு என்ன அர்த்தம்னு ஒங்களுக்குப் புரியுதா? அதுக்கப்புறம் எனக்கு நிலம் நீச்சு, காசு பணம் தேவைப்படும்னா நினைக்கறீங்க?

ஜீவானந்தன் : (வெளிறிய முகத்துடன்) வாஸ்தவந்தான் ஷோடசி, வாஸ்தவந்தான். வாழ்க்கையிலே பாவம் பண்ணல்லே நீ இன்னி வரையிலே... என்னாலே இப்படி சொல்லமுடியாதுதான். (சிறிது சிரித்து) காசுக்காகக் கௌரவத்தை விற்கமுடியாதுங்கறதை நான் மறந்தே போயிட்டேன்... எது உண்மையோ அதையே நீ சொல்லலாம். நான் ஒனக்கு எந்தவிதத் தொந்தரவும் தர மாட்டேன்.

(ஏக்கடி கவலையோடு ஏதோ சொல்ல முற்படும்போது அறைக்கதவு பலமாகத் தட்டப்படவே பயந்து போய் மௌனமாகிறான்.)

ஜீவானந்தன் : கதவு திறந்துதான் இருக்கு. வாங்க. (கதவைத் திறந்து கொண்டு மாஜிஸ்டிரேட், போலீஸ் இன்ஸ்பெக்டர். சில போலீஸ் கான்ஸ்டபிள்கள், தாராதாஸ் சக்கரவர்த்தி ஆகியோர் வருகிறார்கள்)

தாராதாஸ் : (அழுதுகொண்டே, மாஜிஸ்டிரேட்டிடம்) துரையவர்களே, இவதான் என் பொண்ணு, சண்டி மாதாவோட பைரவி. நீங்க வராம இருந்தா இவர் பணத்துக்காக இவளைக் கொன்னு போட்டிருப்பாரு.

மாஜிஸ்டிரேட் : ஓம்பேருதான் ஷோடசியா? ஒன்னைத்தான் இவர் வீட்டிலேருந்து இழுத்துக்கிட்டு வந்து இங்கே அடைச்சு வச்சிருக்காரா?

ஷோடசி : (தலையாட்டி) இல்லியே, நானாத்தான் இங்கே வந்தேன்.

தாராதாஸ் : (உரக்க) இல்லேங்க துரை, இது பச்சைப் பொய்ங்கறதுக்கு ஊர் முழுக்க சாட்சி! இவ சோறு சமைச்சிக்கிட்டிருக்கறப்ப எட்டு சிப்பாய்கள் வந்து இவளை இழுத்துக்கிட்டு வந்தாங்க.

மாஜிஸ்டிரேட் : (ஜீவானந்தன் பக்கம் ஜாடையாகப் பார்த்து விட்டு, ஷோடசியின் பக்கம் திரும்பி) நீ எதுக்கும் பயப் படத் தேவையில்லே. உண்மையைச் சொல்லு! ஒன்னை வலுக்கட்டாயமா இழுத்துக்கிட்டு வந்தாங்களா?

ஷோடசி : இல்லே, நானாத்தான் வந்தேன்.

மாஜிஸ்டிரேட் : இங்கே வரக்காரணம்?

ஷோடசி : எனக்கு வேலை இருந்தது.

மாஜிஸ்டிரேட் : இவ்வளவு நேரமாகியும் வீடு திரும்ப முடியல்லியாக்கும்!

தாராதாஸ் : (உரக்க) இது முழுப் பொய்ங்க, துரை! சொல்லிக் கொடுத்ததை அப்படியே ஒப்பிக்கறா!

மாஜிஸ்டிரேட் : (தாராதாஸைப் பொருட்படுத்தாமல் ஜீவானந்தனின் துப்பாக்கியையும் பிஸ்டலையும் எடுத்துப் பார்த்துவிட்டு, ஜீவானந்தனிடம்) இதுக்கெல்லாம் லைசென்ஸ் வச்சிருக்கீங்கன்னு நினைக்கிறேன்.

(அங்கிருந்து வெளியேறி, உரக்க)

ஏய், என் குதிரையைக் கொண்டு வா!

(மாஜிஸ்டிரேட் செல்ல, குதிரையின் காலடியோசை தேய்ந்து மறைகிறது. தாராதாஸ் திகைத்துப் போய் நிற்கிறான்.)

தாராதாஸ் : (எல்லோரும் திடுக்கிடும்படியாகத் திடீரென்று பெரிய தாகக் கத்திக் கொண்டு போலீஸ் இன்ஸ்பெக்டரின் காலில் விழுகிறான்.) பாபு, என் கதி என்ன ஆகும் இப்போ? ஜமீந்தாரோட ஆளுங்க என்னை உசிரோட பொதச்சுடுவாங்களே!

இன்ஸ்பெக்டர் : (வயது முதிர்ந்தவர். இரக்கத்தோடு தாராதாஸைத் தூக்கி நிறுத்துகிறார்.) ஒனக்கென்னப்பா பயம்? நீ எப்படி இருந்தியோ அதே மாதிரி இரு. மாஜிஸ்டிரேட் ஒன் பக்கம் இருக்கார். யாரும் ஒன்னை ஒண்ணும் பண்ண மாட்டாங்க. (ஜீவானந்தனைக் கடைக்கண்ணால் பார்க்கிறார்.)

தாராதாஸ் : மாஜிஸ்டிரேட் துரை கோவிச்சுக்கிட்டுப் போறாருங்களே!

இன்ஸ்பெக்டர் : (புன்சிரிப்புடன்) இல்லே, கோவிச்சுக்கல்லே. ஆனா இன்னிக்கு நடந்த கூத்தை சீக்கிரம் மறந்துடுவார்னு தோணல்லே... அதைத் தவிர போலீஸ் ஸ்டேஷன்னு ஒண்ணு இருக்கு, நாங்களும் இருக்கோம், பயப்படாதே! ... வா போகலாம், ரொம்ப நேரமாச்சு.

சப் இன்ஸ்பெக்டர் : (இளைஞர் புன்சிரிப்போடு) ஒங்க பொண்ணை இங்கேயே விட்டுட்டுத் தனியாகப் போகப் போறீங்களா?

(எல்லோரும் சிரிக்கிறார்கள். தாராதாஸின் கண்ணீர் ஒரு நொடியில் நெருப்புச்சுடராக மாறிவிடுகிறது.)

தாராதாஸ் : (ஷோடசியைக் கடுமையாகப் பார்த்துவிட்டு) நான் தனியாத்தான் போகப்போறேன்! மறுபடியும் இவ மூஞ்சிலே முழிப்பேன்... இவளை மறுபடி என் வீட்டுக்குள்ளே நுழைய விடுவேன்னு நினைக்கறீங்களா?

இன்ஸ்பெக்டர் : (சிரித்துக் கொண்டு) ஒனக்கு இவ மூஞ்சியை பார்க்க இஷ்டமில்லேன்னா யாரும் ஒன்னைக் கட்டாயப்படுத்தப் போறதில்லே. ஆனா இவளோட வீட்டிலே இவளை நுழைய விடாமே மறுபடி ஏதாவது சங்கடத்திலே மாட்டிக்காதே!

தாராதாஸ் : (உரக்க) வீடு யாரோடது? என்னோட வீடு! நான்தான் இவளைப் பைரவியாக்கினேன், நானே இவளை விரட்டறேன்! எல்லா சூச்சுமமும் இந்த சக்கரவர்த்தி கையிலேதான் இருக்காக்கும்! (தன் நெஞ்சில் கையால் தட்டிக் கொண்டு) இவ யாரு தெரியுமா? இவளோட அம்மா எப்படிப்பட்டவள்னு...

இன்ஸ்பெக்டர் : நிறுத்திக்கப்பா. கோவத்திலே போலீஸ்கிட்ட எல்லாத்தையும் உளறிட்டா ஒனக்கே ஆபத்தா யிடும். (ஷோடசியிடம்) நீ வீட்டுக்குப் போறதா யிருந்தா வாம்மா பத்திரமாக் கொண்டு போய் விடறோம்.

(ஷோடசி குனிந்தவாறே தலையாட்டுகிறாள் வரவில்லை யென்று)

சப் இன்ஸ்பெக்டர் : (கேலியாக) புறப்பட நேரமாகுமா?

ஷோடசி : (தலைநிமிர்ந்து) நீங்க போங்க, எனக்கு நேரமாகும்.

தாராதாஸ் : (பைத்தியம் பிடித்தவன் போல்) நேரமாகுமா? அடி சண்டாளி! ஒன்னை நான் கொன்னு போடல் லேன்னா நான் மனோகர் சக்கரவர்த்தியோட பிள்ளையில்லே! (ஷோடசியைத் தாக்க அவள் மேல் பாய்கிறான்.)

இன்ஸ்பெக்டர் : (தாராதாஸைப் பிடித்து அதட்டுகிறார்.) நீ மறுபடி ஆர்ப்பாட்டம் பண்ணினா ஒன்னை ஸ்டேஷனுக்கு இழுத்துக்கிட்டுப் போயிடுவோம்! ஒழுங்கா வீட்டுக்குப் போய்ச்சேரு!

(தாராதாஸைப் பிடித்து இழுத்துக் கொண்டு போலீசார் வெளியே போகிறார்கள். ஏக்கடியும் வெளியே போகிறான். தாராதாஸின் கூச்சல் மறைகிறது)

ஜீவானந்தன் : (ஷோடசியை ஜாடையால் அருகிலழைத்து) நீ ஏன் இவங்களோட போகல்லே?

ஷோடசி : நான் இவங்களோட வரல்லியே?

ஜீவானந்தன் : (சிறிது நேரம் மௌனமாயிருந்துவிட்டு) ஒன் நிலத்துக்கு வரிவிலக்கு எழுதிக் கொடுக்க நாலு நாள் ஆகும். ரொக்கப் பணத்தை இன்னிக்கே எடுத்துகிட்டுப் போறியா?

ஷோடசி : கொடுங்க.

ஜீவானந்தன் : (படுக்கைக்கு அடியிலிருந்து ஒரு கட்டு நோட்டுக்களை எடுத்து எண்ணிக் கொண்டே ஷோடசியின் முகத்தை அடிக்கடி பார்க்கிறான். பிறகு சிறிது சிரிப்புடன்) நான் வெக்கங்கெட்டவன்தான். ஆனா எனக்குக் கூட இந்தப் பணத்தை ஒங்கிட்ட கொடுக்க வெக்கமாயிருக்கு.

ஷோடசி : (அமைதியாக) ஆனா, கொடுக்கறதாத்தானே பேச்சு?

ஜீவானந்தன் : பேச்சு எதுவானாலும் இருக்கட்டும், என்னைக் காப்பாத்தினதுக்கு நீ இழந்திருக்கியே, அந்த இழப்பை ஈடுபண்ண இந்த மாதிரி பணம் கொடுக்கறதை விட நான் தப்பிக்காமேயே இருந்திருக்கலாம்னு தோணுது எனக்கு.

ஷோடசி : ஆனா நீங்க இந்த மாதிரி பணத்தைத்தானே பொம்பளைகளுக்கு விலையாக் கொடுத்து வந்திருக்கீங்க இவ்வளவு காலமா?

(ஜீவானந்தனிடமிருந்து பதில் இல்லை)

	- பரவாயில்லை, இப்போ ஒங்க கருத்து மாறியிருந்தா நீங்க பணம் கொடுக்க வேண்டாம். பணத்தை நீங்களே வச்சுக்குங்க... என்னை நல்லாப் பாருங்க! என்னை ஒங்களுக்கு நெசமாகவே அடையாளம் தெரியல்லியா?
ஜீவானந்தன் :	(சற்று நேரம் அவளை உற்றுப் பார்த்துவிட்டு) அடையாளந் தெரியுதுன்னு நினைக்கறேன்... சின்ன வயசிலே ஒம்பேரு அளகா, இல்லியா?
ஷோடசி :	(பிரகாசமான முகத்துடன்) என் பேரு ஷோடசி - சண்டி தேவியோட பேர்களிலே ஒண்ணு இது- அளகாவை ஒங்களுக்கு ஞாபகமிருக்கா?
ஜீவானந்தன் :	(உற்சாகமற்ற குரலில்) கொஞ்சங் கொஞ்சம் ஞாபகமிருக்கு. ஒன்னோட அம்மா நடத்தின ஓட்டல்ல அப்பப்போ சாப்பிட்டுக் கிட்டிருந் தேன். அப்போ நீ சின்னப் பொண்ணு. நீ என்னை அடையாளங் கண்டுபிடிச்சிட்டியே!
ஷோடசி :	அளகாவோட அம்மாவை நினைவிருக்கா?
ஜீவானந்தன் :	இருக்கு- அவங்க உசிரோடே இருக்காங்களா?
ஷோடசி :	இல்லே, அவங்க போய் பத்து வருஷமாச்சு... அவங்களுக்கு ஒங்க மேலே ரொம்பப் பிரியம், இல்லியா?
ஜீவானந்தன் :	(உணர்ச்சியோடு) ஆமா... ஒரு சமயம் ரொம்ப இக்கட்டான நிலையிலே அவங்ககிட்டே யிருந்து நூறு ரூபாய் கடன் வாங்கினேன். அதைத் திருப்பிக் கொடுக்கல்லே.
ஷோடசி :	நீங்க அதுக்காக வருத்தப்பட வேண்டாம். ஏன்னா, அளகாவோட அம்மா அதை ஒங்களுக்குக் கடனாக் கொடுக்கல்லே, வரதட்சணையாத்தான் தந்தாங்க. (சிறிது மௌனத்துக்குப்பின்) நீங்க கொஞ்சம் யோசிச்சுப் பார்த்தா ஞாபகம் வரும். இந்த ராத்திரி மாதிரியே ஒரு கெட்ட ராத்திரி... இன்னிக்கு நீங்க ஷோடசிக்குப் பட்ட கடன் பெரிசாத்

தெரியுது; அன்னிக்குச் சின்ன அளகாவோட ஒழுக்கங்கெட்ட அம்மாவுக்கு நீங்க பட்ட கடனும் அப்போ பெரிசுதான், செளதுரிபாபு!

ஜீவானந்தன் : அளகாவோட அம்மா அந்தக் கடனுக்குப் பிரதியா அளகாவை எனக்குக் கல்யாணம் செஞ்சு வைக்கல்லேன்னா நான் அந்தக் கடனைப் பெரிசாத்தான் நினைச்சிருப்பேன்.

ஷோடசி : அவங்க ஒண்ணும் ஒங்களைக் கட்டாயப் படுத்தல்லே, நீங்களாத்தான் கலியாணம் பண்ணிக்கறதாச் சொன்னீங்க. அன்னிக்கு நடந்தது கலியாணமில்லே, கலியாணங்கற பேரிலே ஒரு கேலிக்கூத்து. கன்னியாதானத் துக்கப்புறம் நீங்க மாயமா மறைஞ்சுட்டீங்க... அதுக்கப்புறம் இப்பத்தான் ஒங்களைப் பார்க்கறேன்.

ஜீவானந்தன் : ஆனா அதுக்கப்பறந்தான் ஒனக்கு இன்னொரு கலியாணம்- நிசக் கலியாணம் - நடந்ததே!

ஷோடசி : ஒரு நாதியில்லாத பொண்ணோட வாழ்க் கையிலே அப்படியொண்ணு நடந்திருந் தாலும் அதுக்கும் ஒங்களுக்கும் ஒரு சம்பந்தமும் இல்லியே!

ஜீவானந்தன் : ஒன் அம்மா ஒனக்குக் கல்யாணம் பண்ணினது ஒன் அப்பா பிடியிலேருந்து ஒன்னைத் தப்ப வைக்கத்தானே!

ஷோடசி : இருக்கலாம்... இப்போ அளகாவோட அம்மா உசிரோடே இல்லை. நான்தான் அளகாவான்னு நீங்க கவலைப்பட வேண்டிய அவசியம் இல்லே.

ஜீவானந்தன் : (சற்று நேரம் தலைகுனிந்தவாறு இருந்துவிட்டு) உண்மையிலே என்ன நடந்ததுன்னு நீ சொன்னா...

ஷோடசி : எதைச் சொல்றீங்க? கலியான விஷயமா? அதுதான் பொய்யாச்சே!... தவிர அது அளகாவோட பிரச்சினை, என் பிரச்சினை யில்லே... ஒங்களோடே அதைப் பத்தி

ராத்திரி முழுக்கப் பேசிக்கிட்டிருந்தா என்னோட வீழ்ச்சியோட அளவு கூடுமே யொழியக் குறையாது.

ஜீவானந்தன் : ஷோடசி, இன்னிக்கு நான் ரொம்பக் கீழே இறங்கிப் போயிட்டேன். என் வாயாலே குடும்பப் பொண்ணோட கௌரவத்தை பத்திப் பேச யோக்கியதையில்லே... ஆனா அந்த நாளிலே அளகாவைக் கலியாணம் பண்ணிக்கிட்டு ஒரு ஜமீந்தார் வீட்டு மருமகளா சமூகத்திலே கொண்டு வந்து நிறுத்தறது நல்லா இருந்திருக்குமா?

ஷோடசி : நல்லா இருந்திருக்குமா இல்லியான்னு தெரியாது, ஆனா உண்மையா இருந்திருக்கும்.... ஆனா இதையெல்லாம் உங்ககிட்ட சொல்லிப் பிரயோசனமில்லே. நான் போறேன். எனக்கு ஏதாவது கொடுக்க முயற்சி பண்ணி என்னை இன்னும் அவமானப்படுத்த வேண்டாம்!

(ஏக்கடி நுழைகிறான்.)

ஜீவானந்தன் : ஏக்கடி, இங்கே டாக்டர் யாராவது இருக்காரா? கூடிக் கிட்டு வா. அவர் என்ன கேட்டாலும் கொடுக்கறேன்.

ஏக்கடி : நம்ம வல்லப் டாக்டர் இருக்கார், ஐயா. நல்ல கைராசிக்காரர்.

ஜீவானந்தன் : உடனே கூட்டிக்கிட்டு வா.

ஏக்கடி : உங்களைத் தனியா விட்டுட்டு...

ஜீவானந்தன் : (வேதனை தாங்காமல் துடித்தவாறு) ஐயோ, பொறுக்க முடியல்லியே!

ஷோடசி : ஏக்கடி, நீ போய் டாக்டரைக் கூட்டிக் கிட்டு வா. நான் இங்கே பார்த்துக்கறேன்.

(ஏக்கடி போகிறான்)

ஜீவானந்தன் : (குப்புறப்படுத்திருந்தவன், தலையை நிமிர்த்தி) இன்னும் டாக்டர் வரல்லியா? அவர் வீடு ரொம்ப தூரமா?

ஷோடசி	:	கிட்டத்தான் இருக்கு. ஆனா அதுக்காக மூணு நாலு நிமிஷத்திலே வர முடியுமா?
ஜீவானந்தன்	:	மூணுநாலு நிமிஷந்தானா? அரைமணி... அரைமணிக்கு மேலே ஆயிடுச்சுன்னு நினைச்சேன். (மறுபடியும் குப்புறப் படுத்துக் கொண்டு) டாக்டர் கூட இங்கே வரமாட்டாரோ என்னவோ (அவனது பார்வையிலும் குரலிலும் அவநம்பிக்கை.)
ஷோடசி	:	ஏன் வரமாட்டார்? நிச்சயம் வருவார்!
ஜீவானந்தன்	:	நான் பிழைக்கமாட்டேன்னு தோணுது... மூச்சுவிடவே கஷ்டமாயிருக்கு. உலகத்திலேயே காத்து இல்லே போலேயிருக்கு... அளகா, என்னை மன்னிச்சுடு... எனக்குக் கடவுள் நம்பிக்கையில்லே. கடவுள் எனக்குத் தேவை யில்லேன்னுதான் நினைச்சுக்கிட்டிருந்தேன். ஆனா கொஞ்சநேரத்துக்கு முன்னாலே மானசீகமாக அவரைக் கூப்பிட்டேன். வாழ்க்கையிலே நிறையப் பாவம் பண்ணி யிருக்கேன். இப்போ தோணுது, இந்தப் பாவச் சுமையைச் சுமந்துக்கிட்டுச் சாகணு மேன்னு... மனுஷன் சாகவேண்டியவன்தான், அவன் இந்த வயசிலதான் சாகணும்னு சட்டம் ஒண்ணுமில்லே... ஆனா இந்த வலியைப் பொறுக்க முடியல்லே... ஐயோ! (வலி தாங்காமல் துடிக்கிறான்.)
		(ஷோடசி சற்றுத் தயங்கிவிட்டுப் பிறகு அவனது தலைமாட்டில் உட்கார்ந்து கொண்டு தன் புடவைத் தலைப்பால் அவனது நெற்றி வியர்வையைத் துடைத்து விடுகிறாள். விசிறி இல்லாததால் புடவைத் தலைப்பா லேயே அவனுக்கு விசிறுகிறாள். ஜீவானந்தன் தன் வலது கையை அவளது மடிமேல் வைத்துக் கொள்கிறான்.)
ஜீவானந்தன்	:	அளகா!
ஷோடசி	:	நீங்க என்னை ஷோடசின்னே கூப்பிடுங்க.
ஜீவானந்தன்	:	நீ மறுபடி அளகாவா ஆக முடியாதா?
ஷோடசி	:	முடியாது.

ஜீவானந்தன் : ஒரு நாளும் முடியாதா?

ஷோடசி : அந்தப் பேச்சை விடுங்க... (சிறிது நேரத்துக்குப் பின்) வலி கொஞ்சங் கூடத் குறையல்லியா?

ஜீவானந்தன் : கொஞ்சம் குறைஞ்சிருக்கு... நான் பொழச்சிட்டேன்னா ஒனக்கு ஏதாவது உபகாரம் பண்ணலாமா?

ஷோடசி : நான் சன்னியாசி. எனக்கு ஒரு உபகாரமும் தேவையில்லே.

ஜீவானந்தன் : சன்னியாசிக்கும் மகிழ்ச்சிதரக்கூடிய காரியம் எதுவும் இல்லியா?

ஷோடசி : இருக்கலாம், அதைப் பத்தி நீங்க ஏன் கவலைப்படறீங்க?

ஜீவானந்தன் : (மெல்லச் சிரித்து) என்கிட்டே பல குறைகள் இருக்கு. ஆனா பொறத்தியாருக்கு உபகாரம் பண்றதுக்குத் தவிக்கற குறை எனக்கு உண்டுன்னு யாரும் சொன்னதில்லே... தவிர, நான் இப்போ சொல்றதை உடம்பு சொஸ்தமான பிறகும் சொல்வேங்கறது நிச்சயமில்லே... உம், இதுதான் என்னோட வாழ்க்கை...

(ஷோடசி மௌனமாக அவனுடைய நெற்றி வியர்வையைத்துடைத்து விடுகிறாள். ஜீவானந்தன் அவளது கையைப் பிடித்துக் கொண்டு)

- சன்னியாசின்னா அவளுக்கு இன்பதுன்பம் ஒண்ணும் கிடையாதா? அவ சந்தோஷப்படும் படியா ஒலகத்திலே ஒண்ணும் இல்லையா?

ஷோடசி : இருக்கலாம், ஆனா அது ஒங்க கையிலே இல்லே.

ஜீவானந்தன் : மனுஷனாலே செய்யக்கூடியது ஏதாவது?

ஷோடசி : இருக்கு... நீங்க சொஸ்தமான பிறகு கேட்டாச் சொல்றேன்.

ஜீவானந்தன் : (அவளுடைய கையைத்தன் நெஞ்சுக்கருகில் இழுத்துக் கொண்டு) இல்லேயில்லே, நான்

சொஸ்தமான பிறகு இல்லே! என் உடம்பு ரொம்ப மோசமாயிருக்கிற போதே சொல்லு! பொறத்தியாருக்கு ரொம்ப கஷ்டம் கொடுத்திருக்கேன். இப்போ நான் வலியாலே துடிக்கறபோது பொறத்தியாரோட துக்கம், அவங்களோட நம்பிக்கை இதையெல்லாம் பத்திக் கொஞ்சம் கேக்கறேனே! அப்படி யாவது என் துன்பத்துக்கு ஒரு நல்ல பலன் கிடைக்கட்டும்!

(வாசலில் காலடியரவம் கேட்கிறது. ஷோடசி மெதுவாகத் தன் கையை அவனுடைய பிடியிலிருந்து விடுவித்துக் கொள்கிறாள்)

- டாக்டர் வந்துட்டார் போலேயிருக்கு.

(ஏக்கடியும் டாக்டரும் நுழைகிறார்கள். ஷோடசியை அங்கே பார்த்து டாக்டருக்கு ஒரே வியப்பு. அவர் பேசாமல் நோயாளியைப் பரிசோதிக்கத் தொடங்குகிறார். ஷோடசி அங்கிருந்து போய் விடுகிறாள்)

ஏக்கடி	:	டாக்டரய்யா, நீங்க இவரைக் குணப்படுத்திட்டா நிறைய இனாம் கிடைக்கும். நாங்க ஒங்க அடிமைகளாயிருப்போம்.
டாக்டர்	:	(பரிசோதித்து விட்டு) கட்டுப்பாடில்லாத வாழ்க்கையாலே வந்த கோளாறு இது. ஜாக்கிரதையா இல்லேன்னா கல்லீரலோ மண்ணீரலோ பழுத்துப் போகலாம். ஜாக்கிரதையா இருந்தாப் பொழச்சுக்கலாம். மருந்து சாப்பிடணும்.
ஜீவானந்தன்	:	இந்த நிலையிலே நான் கல்கத்தா போகலாமா?
டாக்டர்	:	போகமுடிஞ்சாப் போகலாம், இல்லேன்னா முடியாது.
ஜீவானந்தன்	:	இங்கேயிருந்துக்கிட்டு மருந்து சாப்பிட்டா சொஸ்தமாயிடுமா?
டாக்டர்	:	(தலையை ஆட்டிக் கொண்டே) நிச்சயமாச் சொல்ல முடியாது. நீங்க இங்கேயிருந்து கிட்டே சொஸ்தமாயிடலாம். கல்கத்தா போயும் சொஸ்தமாகாமேயும் போகலாம்.

ஏக்கடி : ஐயாவோட வலி...

டாக்டர் : இந்த மாதிரி வலி திடீர்னு கூடும், திடீர்னு குறையும். நாளைக் காலையிலேயே நீங்க சொஸ்தமானாலும் ஆயிடலாம். நாளைக்கு நான் ஒரு தடவை வரத்தான் வேணும்.

(ஏக்கடியிடமிருந்து பீஸ் வாங்கிக் கொண்டு டாக்டர் போகிறார்.)

ஜீவானந்தன் : என்ன செய்யறது, ஏக்கடி?

ஏக்கடி : கவலைப்படாதீங்க, சொஸ்தமாயிருவீங்க. இந்த வல்லப் டாக்டரோட மிக்சர் ஒரு பாட்டில் சாப்பிட்டாலே வியாதி பறந்து போயிடும்.

ஜீவானந்தன் : அந்த அம்மாளை ஒரு தடவை கூப்பிடேன்...

(ஏக்கடி வெளியே போய்ப் பார்த்துவிட்டு திரும்பி வருகிறான்)

ஏக்கடி : அவங்க போயிட்டாங்க ஐயா... இப்போ விடியப் போகுது.

ஜீவானந்தன் : (பரபரப்பாக) இல்லே, என்கிட்ட சொல்லிக் காமே போயிருக்கமாட்டாங்க!

ஏக்கடி : இல்லேங்க... டாக்டர் வந்ததுமே அவங்க போயிட்டாங்க... வாசல்லே இருக்கற சிப்பாய் அவங்க போனதைப் பார்த்தானாம்.

ஜீவானந்தன் : உம். அப்போ விளக்கை அணைச்சுட்டுப் போ... நான் கொஞ்சம் தூங்கறேன்.

(ஏக்கடி விளக்கை அணைக்கிறான். ஜீவானந்தன் சோர்ந்த முகத்துடன் திரும்பிப் படுக்கிறான். ஜன்னல் வழியே வைகறையின் மங்கிய ஒளி உள்ளே பரவுகிறது)

❖

காட்சி - 3

இடம் : சண்டிகோவிலுக்குப் போகும் வழி.

காலம் : காலை நேரம்.

(ஒரு பிச்சைக்காரனும் அவனுடைய பெண்ணும் வருகிறார்கள்.)

பெண் : என்னாலே இனிமே நடக்க முடியாது. கோவில் இன்னும் எவ்வளவு தூரம்?

பிச்சைக்காரன் : அதோ பாரு, ரொம்பப் பேரு போயிக்கிட்டு இருக்காங்க. கோயில் கிட்டக்கத்தான் இருக்குன்னு நினைக்கறேன்.

பெண் : இதோ யாரோ பாட்டுப் பாடிக்கிட்டே வராரே! அவரைக் கேளேன்!

(பாட்டுப்பாடிக் கொண்டே இன்னொரு பிச்சைக்காரன் வருகை)

"உனக்குக் கிடைக்கும் வாய்ப்பு வந்தபோது, பேதை மனமே!
விளையாட்டுப் போதையில் மயங்கியிருந்தாயே, மனமே!"

முதல் பிச்சைக் காரன் : தேவி கோவில் எவ்வளவு தூரம்ப்பா?

இரண்டாம் பிச்சைக்காரன் : இதோ, கிட்டக்கத்தான் - (பாடுகிறான்)

"தரையில் இறைந்து கிடந்தது அப்போ,
மணியும் மாணிக்கமும்-
இப்போ சூரியன் மறைந்துவிட்டான்,
இருள் சூழ்ந்தது எங்கும்."

முதல் பிச்சைக் காரன் : நான் ரொம்பத் தொலைவிலேருந்து வந்திருக் கேம்ப்பா. இன்னிக்கு ராய்பாபு அவரோட பேரனோட சேமத்துக்காகத் தேவி பூசை பண்றாராம். பிராமணன், வைஷ்ணவன், பிச்சைக்காரன் யாரு என்ன கேட்டாலும் கொடுப்பாராம்...

இரண்டாம் பிச்சைக்காரன் : ராய்பாபு இல்லே, அவரோட மருமகன். மேற்கு தேசத்திலே வக்கீலாயிருக்கார். ராசான்னு தான் வச்சுக்கயேன். ஆளுக்கு ரெண்டு சட்டி அவல், ஒரு சட்டி சந்தேஷ், ரெண்டணா ரொக்கம் தருவாரு...

பிச்சைக்காரனின் பெண் : பொண்ணுகளுக்கு ஆளுக்கொரு கரை போட்ட சேலை தருவாங்கன்னு சொன்னியேப்பா!

இரண்டாம்
பிச்சைக்காரன் : *தருவாங்க, தருவாங்க... ராய்பாபுவோட பொண்ணு ஹைமாவதிக்கு இல்லேன்னு சொல்லத் தெரியாது.*

(பாடுகிறான்)

"உன் தேடுதலெல்லாம் வீண் இன்று
வீண் உன் கண்களில் நீர்,
உன் தவத்தின் செல்வம் இனி எங்கு கிடைக்கும்?
அதல பாதாளத்துக்குள் அமுங்கிவிட்டது அது.
உனக்குக் கிடைக்கும் வாய்ப்பு வந்தபோது, பேதை மனமே!
விளையாட்டுப் போதையில் மயங்கியிருந்தாயே மனமே!"

(எல்லோரும் போகிறார்கள். ஷோடசியும் பக்கிரி சாயபுவும் பேசிக் கொண்டே வருகிறார்கள்.)

பக்கிரி : *எல்லாம் காதில் விழுந்தது அம்மா. என்னால் பொறுக்க முடியல்லே, ஓடி வந்தேன். அன்னிக்கு நீ ஏன் அந்த ஆளைக்காப்பாத்தி னேங்கறதை இன்னும் என்னாலே புரிஞ்சுக்க முடியல்லேம்மா!*

ஷோடசி : *வலியாலே துடிச்சிக்கிட்டிருக்கற மனுஷனை ஜெயிலுக்கு அனுப்பறது சரியா, சொல்லுங்க.*

பக்கிரி : *அதை முடிவு செய்ய வேண்டிய கடமை ஒன்னுது இல்லேம்மா. அது ராஜாவோட பொறுப்பு... தவிர ஜெயில்லேயும் ஆஸ்பத்திரி இருக்கு, சிகிச்சை இருக்கு... ஆனா நீ அவனைக் காப்பாத்தினதுக்கு இதுதான் காரணம்னா நீ செஞ்சது சரியில்லேன்னு தான் சொல்லணும்!*

(ஷோடசி மௌனமாக அவரது முகத்தைப் பார்க்கிறாள்)

- சரி, நடந்தது நடந்துபோச்சு. இனியாவது நீ பண்ணின தவறைத் திருத்திக்கணும்.

ஷோடசி : *அப்படீன்னா?*

பக்கிரி : *அந்த ஆள் செஞ்சிருக்கற அநியாயத்துக்கு அளவில்லே. இது எனக்குத் தெரியும். அதுக் குரிய தண்டனை அவனுக்குக் கிடைக்கணும்.*

ஷோடசி : (சற்று நேர மௌனத்துக்குப்பின்) எனக்கு எல்லாம் தெரியுந்தான்: அவருக்குத் தண்டனை கொடுக்கறது ஒங்க கடமையா இருக்கலாம்... ஆனா அவருக்கெதிரா சாட்சி சொல்ல என்னாலே முடியாது!

பக்கிரி : அன்னிக்கு முடியல்லே, சரி, எதிர்காலத்தி லேயும் முடியாதோ!

ஷோடசி : முடியாது.

பக்கிரி : ஒன்னைக் காப்பாத்திக்கறதுக்குக் கூட முடியாதா?

ஷோடசி : முடியாது.

பக்கிரி : ஆச்சரியமாயிருக்கு! (சிறிது மௌனத்துக்குப் பிறகு) நீ கோயிலுக்குப் போறியா... சரி, அப்ப நான் வரேன்.

(ஷோடசி அவரை வணங்குகிறாள். பக்கரிசாயபு போகிறார். ஷோடசி ஏதோ நினைவில் ஆழ்ந்தவளாய் நடக்கத் தொடங்கும் போது சாகர் அவசரமாக அவள் முன்னால் வருகிறான்.)

சாகர் : அம்மா, ஒன் அப்பா ஒன்னை வீட்டை விட்டுத் தொரத்திட்டாராமே! இவங்கள்ளாம் ஒன்னைக் கோவிலை விட்டுத் தொரத்திட்டு வேறே பைரவி கொண்டு வர ஏற்பாடு பண்றாங்களாமே! இந்த சாகர் சர்தார் உசிரோடே இருக்கற வரையிலே அதெல்லாம் நடக்காது. ஆமா, சொல்லிட்டேன்!

ஷோடசி : இதை யாரு ஒங்கிட்ட சொன்னாங்க?

சாகர் : கேள்விப்பட்டேம்மா... ஒடனே ஒங்கிட்ட ஓடி வந்தேன். நீ ஒண்டிப் பொம்பளை. ஒன்னை ஜமீந்தாரோட ஆளுங்க பலவந்தமா இளுத்துக்கிட்டுப்போனா அது ஒங்குத்தமா? அது கிராமத்தோட குத்தம்! சம்பந்தி வீட்டிலே போய் ஒக்காந்துக்கிட்டு சந்தோச மாயிருந்த என்னோட குத்தம்! என்னோட சித்தப்பா ஹரிஹர் சர்தாரோட குத்தம்!

		சாகர் கிராமத்திலே இருந்தும் ஒனக்கு நேர்ந்த அவமானத்துக்குப் பழி வாங்காமே இருந்துட்டான்.
ஷோடசி	:	நீயும் ஒன் சித்தப்பாவும் இதைத் தடுத்திருக்க முடியுமா? ஜமீந்தாரோட ஆளுங்க எவ்வளவு பேர் தெரியுமா?
சாகர்	:	ஆமா, அவங்க நிறைய ஆளுங்கதான், ஏழைங்களான எங்க மேலே அவங்களோட கொடுமைக்கும் கொறச்சலில்லே. ஆனா நீ மட்டும் உத்தரவு கொடும்மா, பைரவியோட உடம்பு மேலே கைவச்சதுக்கு அவங்களைப் பழி வாங்கிடறோம்மா. அந்த ஜமீந்தார் பாபுவையே கயித்தைக் கட்டி இழுத்துக் கிட்டு வந்து சண்டிதேவிக்கு முன்னாலே பலி கொடுத்துடுவோம், யாரும் எங்களைத் தடுக்க முடியாது!
ஷோடசி	:	(திடுக்கிட்டு) என்ன சாகர், இவ்வளவு கொடுமைக் காரங்களா நீங்க? இந்தச் சின்ன விஷயத்துக்காக ஆளையே கொன்னுடுவீங்களா?
சாகர்	:	சின்ன விசயமா? ஒன்னைத் தொட்டு இழுத்துக்கிட்டுப் போறது சின்ன விசயமா? நாங்க தாராதாஸையும் ஜனார்த்தன்ராயையும் மன்னிச்சாலும் மன்னிப்போம், ஆனா அந்த ஜமீந்தாரைச் சும்மாவிடப் போறதில்லே. (சிறிது நேரம் பேசாமலிருந்து விட்டு) ஆனா இதென்னம்மா, எல்லாரும் சொல்றாங்களே... நீதான் ஜமீந்தாரை மாஜிஸ்டிரேட்கிட்டே யிருந்து காப்பாத்தினேன்னு... யாரும் அங்கே இழுத்துக்கிட்டுப் போகல்லே, நீயாத்தான் போனேன்னு சொன்னியாமே!
ஷோடசி	:	நான் சொன்னது உண்மையாயிருக்கலாமே!
சாகர்	:	அதுதாம்மா சங்கடமாயிருக்கு! நீ ஒரு போதும் பொய் சொல்ல மாட்டியே! நீ ஏன் அப்படிச் சொன்னே?... கிராமத்திலே யாரு என்னவேணுமின்னாலும் சொல்லிக்கிட்டு

இருக்கட்டும். நாங்க ஏளைங்க, ஒன் குடிகள், ஒன்னைத்தான் அம்மாவா நினைச்சுக் கிட்டிருக்கோம். நீ சண்டிகரைவிட்டுப் போனா நாங்களும் ஒன்னோடேயே வருவோம். ஆனா போறதுக்கு முன்னாலே நாங்க யாருன்னு தெரிய வச்சுட்டுதான் போவோம்!

(வேகமாகப் போகிறான்.)

ஷோடசி : சாகர்! ஒரு விஷயம் சொல்ல மறந்துட்டேன் ஒனக்கு. இனிமே நான் ஒங்க பொறுப்பை ஏத்துக்க முடியாது !

(ஏக்கடி வருகிறான்.)

ஏக்கடி : (பரபரப்புடன்) ஒங்ககிட்டேதான் வந்தேன். ஜமீந்தார் பாபு ஒங்களைக் கூப்பிடறார்.

ஷோடசி : எங்கே?

ஏக்கடி : கச்சேரியிலே குடிமக்களோட புகார்களைக் கேட்டுக்கிட்டிருக்கார். நீங்க வரதாயிருந்தா ஒங்களுக்குப் பல்லக்கு அனுப்பறேன்.

ஷோடசி : பல்லக்கா? இது அவர் சொன்னதா அல்லது ஒன்னோட யோசனையா?

ஏக்கடி : பாபுவோட உத்தரவுதாங்க! நான் வெறும் வேலைக்காரன்தானே!

ஷோடசி : எம் பாபு ரொம்ப மரியாதை தெரிஞ்சவர் தான்... ஆனா பல்லக்கு ஏற எனக்கு இப்போ நேரமில்லே. நான் ரொம்ப வேலையா யிருக்கேன்னு பாபுகிட்டே சொல்லிடு.

ஏக்கடி : இன்னிக்கு சாயங்காலம், அல்லது நாளைக் காலையிலே?

ஷோடசி : முடியாது.

ஏக்கடி : நீங்க வந்தா நல்லது... பத்துப் பேரோட புகார் இருக்கு...

ஷோடசி : *விசாரிக்கற தகுதி இருந்தா அவரோட குடி மக்களோட வழக்குகளை அவரே விசாரிக் கட்டும்! நான் அவரோட குடியில்லே, என்னை விசாரிக்க சர்க்காரோட கோர்ட்டு இருக்குன்னு போய்ச் சொல்லு!*

(ஷோடசி வேகமாகப் போய்விடுகிறாள். ஏக்கடி திகைத்துப் போய் அவளைப் பார்த்துக் கொண்டிருந்து விட்டு அங்கிருந்து மெதுவாகப் போகிறான். பிறகு வேறு வழியாக ஹைமவதியும் நிர்மலும் நுழைகிறார்கள். ஹைமவதியின் கையில் பூஜைப் பொருள்கள் உள்ளன.)

ஹைமவதி : *ஒங்களை அன்னிக்கு ராத்திரி இருட்டிலே வீட்டுக்குக் கொண்டு வந்து சேர்த்தது யாருன்னு எனக்குத் தெரியும்.*

நிர்மல் : *யாரு, சொல்லு!*

ஹைமவதி : *நம்ம பைரவிதான்!... ஆனா அவங்க எப்படி வந்தாங்கன்னுதான் எனக்குப் புரியில்லே.*

நிர்மல் : *பக்கிரி சாயபுவைப் பத்தி ரொம்ப ஆச்சரிய மான விஷயங்களைக் கேட்டு அவரைப் பார்க்கணும்னு தோணிச்சு. அவரோட ஆசிரமத்தை விசாரிச்சுக்கிட்டுப் போனேன். அது ஆத்தங்கரையிலே இருக்கு. அங்கே நான் போனபோது பைரவி அங்கே ஒக்காந்திருந் தாங்க.*

ஹைமவதி : *பக்கிரிசாயபு பைரவியோட குரு மாதிரி... பைரவி ஒங்களை நிசமாவே கையைப் பிடிச்சுக் கூட்டிக்கிட்டு வந்தாங்களா?*

நிர்மல் : *நிசமாத்தான்! புயல், மழை, இருட்டு வேறே... பழக்கமான பாதையுமில்லே. நான் அந்த இடத்திலே குருடன் மாதிரி பரிதாப நிலையிலே இருக்கறதைப் பார்த்து அவங்க சொன்னாங்க, "என் கையைப் பிடிச்சுக்கிட்டு வாங்க" ன்னு. ஒன்னாலே இந்த மாதிரி செய்யமுடியுமா?*

ஹைமவதி : *முடியாதுதான்.*

நிர்மல் : (சிறிது நேர மௌனத்துக்குப்பின்) ஹேமா, இந்த பைரவியை என்னாலே புரிஞ்சுக்க முடியல்லே தான். ஆனா ஒண்ணு மட்டும் புரிஞ்சுக் கிட்டிருக்கேன்-மத்தபேர்களை மதிப்பிடற அளவுகோலைக் கொண்டு இவங்களை மதிப்பிட முடியாது. பெண்களோட கற்பு, தூய்மை, இதையெல்லாம் பத்தி நீங்க நினைக்கற மாதிரி அவங்க நினைக்கல்லே. இது விஷயமா நல்ல பேரோ கெட்ட பேரோ அவங்களைப் பாதிக்காது.

ஹைமவதி : அன்னிக்கு ஜமீந்தார் வீட்டு நிகழ்ச்சியை மனசிலே வச்சுக்கிட்டா இப்படிச் சொல்றீங்க?

நிர்மல் : ரெண்டு பேர் ஏழடி சேர்ந்து நடந்தா அவங்க நண்பர்களாயிடறதா சாத்திரம் சொல்லுது. அன்னிக்குக் கும்மிருட்டிலே அவங்களையே நம்பிக்கிட்டு வெகுதூரம் நடந்து வந்தேன். அவங்களை எவ்வளவோ கேள்வி கேட்டேன். ஆனா அவங்களை மறைச்சிருக்கற மர்மத்திரை கொஞ்சங்கூட விலகல்லே...

ஹைமவதி : ஒங்க குறுக்கு விசாரணைக்கும் மசியல்லே, ஒங்க நட்பையும் ஏத்துக்கல்லேயா?

நிர்மல் : இல்லே.

ஹைமவதி : கொஞ்சங்கூட இல்லியா? ஒங்க பக்கத்திலேருந்து

நிர்மல் : இவ்வளவு பெரிய விஷயத்தை அனாயாசமாக் கண்டுபிடிச்சுடலாம்னு பார்க்கறியா, ஹேமா?.... ஆனா மனுஷனுக்கு, தன்னைப் பத்தித் தெரிஞ்சுக்கவே நேரமாகுமே..

ஹைமவதி : அது ஆண்களுக்குத்தான்! பெண்களுக்குத் தங்கள் நிலையைப் புரிஞ்சுக்க அப்படி யொண்ணும் நேரமாகாது.

நிர்மல் : (அவளுடைய கையைப் பிடித்துக் கொண்டு) ஒனக்குப் பைத்தியம் பிடிச்சுருக்கா, ஹேமா?... சரி வேகமா வா, பூஜைக்கு நேரமாயிடும்.

(இருவரும் போகின்றனர்.)

❖

காட்சி - 4

இடம்-கோயில் அரங்கு

(கோவில் கதவு திறந்திருக்கிறது. அரங்கில் காலை வெயில் படர்ந்திருக்கிறது. அங்கே ஜனார்த்தன்ராய், சிரோமணி, நிர்மல், ஷோடசி, ஹைமவதி இன்னும் சிலர் உள்ளனர்.

சிரோமணி : இன்னிக்கு ஹைமவதி அவளோட பிள்ளை யோட மங்களத்துக்காக நடத்தற பூஜையை நீ செய்யக்கூடாதுன்னு நினைக்கறா. நீ செஞ்சா அந்தப் பூஜைக்குப்பலன் இருக்கா தாம்.

ஷோடசி : (வெளிறிய முகத்துடன்) அப்படின்னா, பூஜை எப்படிப் பண்ணணுமோ அப்படிப் பண்ணிக் கட்டுமே!

சிரோமணி : அதுமட்டுமில்லே. இனிமே தேவி பூஜையை நீ நடத்தக் கூடாதுன்னு கிராமத்து சமூகம் முடிவு பண்ணியிருக்கு. நீ இனிமே பைரவியா இருக்கக்கூடாது... ஏய் யாரங்கே, தாரா தாஸைக் கூப்பிடு!

(ஒருவன் போகிறான்.)

ஷோடசி : ஏன் கூடாது?

கூட்டத்தில் ஒருவன் : காரணத்தை ஒன் அப்பாவே சொல்லட்டும்.

ஜனார்த்தன் ராய் : வர்ற சித்தரை சங்கராந்தியன்னிக்குப் புது பைரவிக்கு அபிஷேகம் நடத்தறதா நாங்க தீர்மானிச்சிருக்கோம்.

(தாராதாஸ் ஒரு பத்து வயதுச் சிறுமியுடன் வருகிறான்.)

ஹைமவதி : (தாராதாஸ் பக்கம் திரும்பிப் பார்த்துவிட்டு) எல்லாம் கேள்விப்பட்டேன் அப்பா. ஆனா இவர் சொல்றதுதான் உண்மைன்னு நம்பணுமா?

ஜனார்த்தன் : ஏன் நம்பக்கூடாது?

ஹைமவதி	:	(அந்தச் சிறுமியைச் சுட்டிக்காட்டி) எங்கிருந்தோ இந்தப் பெண்ணைக் கூட்டிக்கிட்டு வந்திருக்கார் பைரவியாக்க. இப்படிப்பட்ட வராலே பொய் பேச முடியாதா?... தவிர, உண்மை எது, பொய் எதுங்கறதை ரெண்டு பக்கத்தையும் கேட்டப்பறந்தான் முடிவு செய்யணும்.

(எல்லோருக்கும் வியப்பு)

சிரோமணி	:	(புன்சிரிப்புடன்) வக்கீல் சம்சாரமோல்லியோ, அதான் குறுக்கு விசாரணை பண்றா. நான் இந்த விஷயத்தைத் தீர்த்து வைக்கறேன். (ஹைமவதியிடம்) இது தேவிகோவில், ஒப்புத்துக்கறியா?
ஹைமவதி	:	ஒப்புத்துக்காமே என்ன?
சிரோமணி	:	தாராதாஸ் பிராமணனாயிருந்துக்கிட்டுக் கோயில்லே பொய் சொல்லுவானா, பைத்தியமே! (உரக்கச் சிரிக்கிறார்.)
ஹைமவதி	:	நீங்களுந்தானே பிராமணர்? அப்படியிருந்தும் கோயில்லே நின்னுக்கிட்டுப் பொய் சொன்னீங்களே! இவங்க பூஜை பண்ணினாப் பலன் கிடைக்காதுன்னு நான் சொல்லவே இல்லியே!

(சிரோமணி திகைத்துப் போய் வாயடைத்து நிற்கிறார்.)

ஜனார்த்தன்	:	(கோபமாக) நீ சொல்லல்லியா?
ஹைமவதி	:	இல்லேப்பா, சொல்லல்லே. சொல்றதென்ன, மனசாலே நினைக்கக் கூட இல்லே. நான் இவங்களைக்கொண்டுதான் பூஜை நடத்திக்கப் போறேன். இதனாலே என் பிள்ளைக்கு நல்லது ஏற்பட்டாலும் சரி, கெட்டது ஏற்பட்டாலும் சரி. (ஷோடசியிடம்) வாங்க, கோயிலுக்குள்ளே போகலாம், நேரமாகுது.
ஜனார்த்தன்	:	(பொறுமையிழந்து கத்துகிறார்) முடியவே முடியாது! இவ கோயிலுக்குள்ளே நுழையக் கூடாது! ஏ தாராதாஸ்! இவளோட

அம்மாவோட கதையைச் சொல்லு! எல்லாரும் கேட்டுக்கட்டும்!

சிரோமணி : (எழுந்திருந்து) வேண்டாம், தாராதாஸ்...! ராய் பாபு, ஒங்க பொண்ணு தாராதாஸோட பேச்சை நம்பமாட்டா... இவளே தன்னோட அம்மா எப்படிப்பட்டவள்னு சொல்லட்டுமே!

(ஷோடசியின் முகம் வெளிறிப் போகிறது.)

ஹைமவதி : நீங்க இவங்களை விசாரணை பண்றதுன்னாப் பண்ணிக்கங்க. ஆனா இவங்க வாயாலே இவங்களோட அம்மாவைப் பத்திச் சொல்ல வைக்கப் பார்த்தீங்கன்னா, நான் இந்த அநியாயம் நடக்க விடமாட்டேன்!.... (ஷோடசியிடம் வாங்க, கோயிலுக்குள்ளே போகலாம்.

ஷோடசி : இல்லே தங்கச்சி, எப்போதும் பூஜையைப் பூசாரிதான் செய்வாரு, நானே பண்றதில்லே. நான் இங்கேயிருந்தே ஒங்குழந்தையை ஆசீர்வாதம் செய்யறேன்-அவன் நீண்ட ஆயுளோட, ஆரோக்கியமா, நல்ல மனிதனா வாழட்டுமனு. (பூசாரியிடம்) ஏம்பா நின்னுக் கிட்டிருக்கே? பூஜையைக் கிரமமா செஞ்சுட்டு ஒனக்குரிய தட்சிணையை வாங்கிக்கோ. மத்த சாமான்களையெல்லாம் ஸ்டோர் ரூமிலே வச்சுட்டுப் பூட்டி சாவியை எங்கிட்டே கொண்டு வந்து கொடு. (ஹைமவதியிடம்) நான் மறுபடி ஒங்குழந்தையை ஆசிர்வாதம் பண்றேம்மா.

(ஷோடசி வெளியே போகிறாள். பூசாரி கோவிலுக் குள்ளே போகிறார்.)

ஜனார்த்தன் : (மகள், மருமகனிடம்) நீங்க உள்ளே போய்ப் பூஜையை நல்ல முறையில் செஞ்சு முடிங்க.

(அவர்கள் உள்ளே போகிறார்கள்.)

ஜனார்த்தன் : நல்லவேளை, பிழைச்சோம் சிரோமணி பாபு! சிறுக்கி தானா நகர்ந்துட்டா. அவ பிடிவாதம்

பிடிச்சு என் பேரனோட இந்தப் பூஜையைக் கெடுக்காமே இருந்தாளே, அதுவே பெரிய காரியம்!

சிரோமணி : இப்படித்தான் நடந்தாகணும்! நம்ம சண்டி தேவியோட மகிமையே மகிமை! (கோயிலை நோக்கிக் கை கூப்புகிறார்.)

கூட்டத்தில் ஒருவர் : (தலையை நீட்டிப் பார்த்து) அடே, ஜமீந்தார் பாபுவே வராரே!

(எல்லோரும் திகைத்துப் போய்த் திரும்பிப் பார்க்கிறார்கள். ஜீவானந்தன் வருகிறான். அவனுக்குப் பின்னால் அவனுடைய சிப்பாய்கள், சேவகர்கள்.)

சிரோமணி ஜனார்த்தன் : வாங்க, வாங்க!

(சிலர் கைகூப்புகிறார்கள், சிலர் கீழே விழுந்து கும்பிடுகிறார்கள்.)

ஜனார்த்தன் : என் பேரனோட நலத்துக்காகப் பூஜை பண்றோம் இன்னிக்கு. இந்த சமயத்திலே நீங்க வந்திருக்கறது எங்க பாக்கியம்!

ஜீவானந்தன் : அப்படியா அதுதான் இங்கே இவ்வளவு கூட்டமா?

சிரோமணி : ஒங்க ஒடம்பு நல்லாயிருக்கா?

ஜீவானந்தன் : உடம்பா? (சிரித்துக் கொண்டு) நல்லாத்தான் இருக்கு. அதனால்தான் திடீர்னு வெளியே வந்தேன். ரொம்பப் பேர் இந்தப் பக்கம் வந்துக்கிட்டு இருந்தாங்க. அவங்களோடேயே வந்தேன். என் அதிருஷ்டம், ஒரே சமயத்திலே கடவுள், பிராமணர், பெரியவங்க இவங்க எல்லாரோட தரிசனமும் கிடைச்சுடுச்சு... எனக்கு ஜனார்த்தன் ராயைத் தெரியும், ஆனா ஒங்களைத் தெரியல்லியே!

ஜனார்த்தன் : இவர் பேரு சிரோமணி. ரொம்ப ஆசாரமான பிராமணர். இந்த கிராமத்துக்கே தலைவர்னு சொல்லணும்.

ஜீவானந்தன் : அப்படியா? ரொம்ப மகிழ்ச்சி... சரி, இப்படியே ஒக்காரலாமே!...

(அவன், கீழே உட்கார முற்பட, எல்லோரும் பரபரப்பு அடைகிறார்கள்.)

சிரோமணி : (உரக்க) யாராவது ஒருத்தர் ஒரு ஆசனம் கொண்டு வாங்க!

ஜீவானந்தன் : நீங்க சிரமப்பட வேண்டாம் பெரியவரே... நான் ரொம்ப அடக்கமானவன்... சில சமயம் தெருவிலே படுத்திருக்கக்கூடத் தயங்க மாட்டேன். இது கோவில், இங்கே தரையிலே ஒக்காந்தா ஒரு இழிவும் இல்லே. (உட்காருகிறான்.)

ஜனார்த்தன் : நாங்க ஒரு முக்கியமான காரியமா ஒங்களைப் பார்க்க வரதா இருந்தோம். ஒங்களுக்கு ஒடம்பு சரியில்லையேன்னுதான்....

ஜீவானந்தன் : முக்கியமான காரியமா?

சிரோமணி : ஆமா... ஷோடசி பைரவியாயிருக்கறதிலே எங்களுக்கு இஷ்டமில்லே.

ஜீவானந்தன் : இஷ்டமில்லையா?

சிரோமணி : ஆமா.

ஜீவானந்தன் : நானும் ஏதோ அரசல்புரசலாக் கேள்விப் பட்டேன். அவமேலே ஒங்க புகார் என்ன?

(எல்லோரும் மௌனம்)

- அவமேலே இரக்கத்தாலே சொல்ல மாட்டேங்கறீங்களா?

ஜனார்த்தன் : ஒங்களுக்கு எல்லாம் தெரியும்... எங்க புகார்...

ஜீவானந்தன் : என்ன புகார்?

ஜனார்த்தன் : கிராமத்திலே இருக்கற நாங்க எல்லாரும் ஒண்ணுசேர்ந்து....

ஜீவானந்தன் : (சிறிது சிரித்துக் கொண்டு) ஒண்ணுசேர்ந்திருக்கீங் கங்கறதுதான் நல்லாத் தெரியுதே! (விரலால் சுட்டிக்காட்டி) அந்த ஆள்தானே தாராதாஸ், பைரவியோட அப்பா?

(தாராதாஸ் பதில் சொல்லாமல் தரையைப் பார்க்கிறான்.)

சிரோமணி : அடக்கமாக குடிமக்கள் ராஜாவோட குழந்தைகள். குத்தம் பண்ணினாலும் அவங்க குழந்தைகள் தான். பார்க்கப் போனா இந்தப் புகாரே இவனோடதுதான். இவனோட பெண் ஷோடசியைப் பைரவியா வச்சுக்கக்கூடாதுன்னு நாங்க முடிவு பண்ணியிருக்கோம். அவளைப் பதவியிலேருந்து விலக்கும்படி ஒங்களைக் கேட்டுக்கறோம்.

ஜீவானந்தன் : அவள் செஞ்ச குத்தம் என்ன?

இரண்டு மூன்று
பேர் : ரொம்பப் பெரிய குத்தங்க?

ஜீவானந்தன் : ராய் பாபு, வேலையிலேருந்து விலக்கும்படியா அப்படியென்ன குத்தம் செஞ்சுட்டா திடீர்னு?

(சிரோமணியைச் சொல்லும்படி ஜாடை காட்டுகிறார் ஜனார்த்தன் ராய்.)

- இல்லேயில்லே, வயசான மனுஷன் சிரோமணி, ஏற்கனவே ரொம்பப் பேசிக் களைச்சுட்டா. நீங்களே சொல்லுங்க மிஸ்டர் ராய்!

ஜனார்த்தன் : (தயக்கத்துடன்) என்ன இருந்தாலும் அவ பிராமணப் பொண்ணு. அவளைப்பத்தி என் வாயாலே...

ஜீவானந்தன் : பசு, பிராமணன் இவங்க மேலே ஒங்களுக்கு இருக்கற பக்தி எல்லாருக்கும் தெரியும். நீங்க இவ்வளவு பேரை இங்கே சேர்த்துக் கூட்டம் போட்டதிலேருந்தே விஷயம் ரொம்ப சீரியஸ்னு நல்லாத் தெரியுதே. அந்த விஷயம் என்னன்னு ஒங்க வாயிலேருந்தே கேக்க விரும்பறேன்.

ஜனார்த்தன் : (சிரோமணியைக் கடுமையாகப் பார்த்து) பாபு கேக்க ஆசைப்படறாரு, பயப்படாமே சொல்லுங்களேன்!

சிரோமணி : உண்மையைச் சொல்ல என்ன பயம், ஜனார்த்தன்? தாராதாஸோட பொண்ணை பைரவியா வச்சிருக்க எங்களுக்கு இஷ்ட மில்லே. அவளோட நடத்தை சரியில்லே. ஒங்ககிட்டே சொல்லிட்டேன்.

(ஜீவானந்தனின் முகத்தில் கடுமை)

ஜீவானந்தன் : பைரவியோட நடத்தை கெட்டுப்போச்சுன்னு ஒங்களுக்கு நிச்சயமாத் தெரியுமா?

(எல்லாரும் தலையாட்டுகிறார்கள்.)

ஜீவானந்தன் : அதுதான் சரியான தீர்ப்பு கிடைக்கும்னு இந்த பீஷ்மர் கிட்டே வந்தீங்களாக்கும்!

சிரோமணி : நீங்க இந்த நாட்டுக்கு ராஜா! நல்லதோ கெட்டதோ நீங்கதான் தீர்ப்பு கொடுக்கணும்! ஒங்க தீர்ப்பை நாங்க ஏத்துக்குவோம்.

ஜீவானந்தன் : (சிரித்துக் கொண்டு) சிரோமணிப் பெரியவரே... நீங்களும் மிதமிஞ்சிய அடக்கம் காட்ட வேண்டாம், நானும் அளவுக்கதிகமா என் அதிகாரத்தைக் காட்ட வேண்டாம்... நான் கேக்கறது இதுதான்-இந்தப் புகார் உண்மை தானா?

(கூட்டத்தில் பரபரப்புத் தோன்றுகிறது.)

சிரோமணி : புகார் உண்மையான்னு கேக்கறீங்களா?... நாங்கதான் அன்னியம். தாராதாஸே சொல்லட்டுமே! தாராதாஸ், இது ராஜசந்நிதி, உண்மையைச் சொல்லு!

(தாராதாஸின் முகம் வெளிறிப் போகிறது. ஜனார்த்தன் அவனைக் கடுமையாகப் பார்த்து, பேசத் தூண்டுகிறார். கடைசியில் அவன் வேறுவழியின்றி, தொண்டையைக் கனைத்துக் கொண்டு தொடங்குகிறான்)

தாராதாஸ் : ஐயா!...

ஜீவானந்தன் : (கையைத் தூக்கி அவனுடைய பேச்சை நிறுத்தி) இவன் தன் வாயாலே தன் பொண் நடத்தை கெட்டவள்னு சொன்னா நான் கேக்க மாட்டேன். நீங்க யாராவது சொல்லுங்க!

(சேவகன் ஒருவன் ஒரு டம்ளரில் சோடா கலந்த விஸ்கியைக் கொண்டு வந்து கொடுக்க, ஜீவானந்தன் அதை ஒரே மடக்கில் குடித்துவிட்டு டம்ளரைத் திருப்பிக் கொடுக்கிறான்.)

- நல்ல வேளை, பிழைச்சேன்! ஒங்களோட இவ்வளவு நேரம் பேசிக்கிட்டிருந்ததிலே தொண்டை வறண்டு போச்சு!... ஏன் எல்லாரும் பேசாம இருக்கீங்க?

(சிரோமணி மூக்கைத் துணியால் முடிக்கொள்கிறார்.)

ஜீவானந்தன் : (கேலியாக) முகர்ந்தால் பாதி போஜனம்பாங்க... ஒங்களோட பாதி போஜனம் ஆயிடுச்சா, சிரோமணி அவர்களே?

(எல்லோரும் சிரித்துக் கொண்டு முகத்தை திருப்பிக் கொள்கிறார்கள்.)

சிரோமணி : நான் உண்மையை, தருமப்படி சொல்றேங்க.

ஜீவானந்தன் : (தலையை ஆட்டிக் கொண்டு) நீங்க வயசான பிராமணர், சாஸ்திரம் படிச்சவர். ஆனா ஒரு பெண்ணோட ஒழுக்கக் கேட்டைப் பத்தி அவ இல்லாதபோது சொல்றதிலே உண்மை இருக்கலாம், அதிலே தருமம் இருக்குமா? எனக்கு ஆட்சேபமில்லே. தருமம் கிருமத்தைப் பத்தி எனக்குக் கவலையில்லே. அது போகட்டும்... நான் கேக்கறதுக்குப்பதில் சொல்லுங்க பைரவியை விரட்டணுங்கறீங்க, இல்லையா?

எல்லோரும் : ஆமா, ஆமா!

ஜீவானந்தன் : இவ இருந்தா ஒங்களுக்கு அசௌகரியம், அப்படித்தானே?

ஜனார்த்தன் : (ஆட்சேபக் குரலில்) சௌகரியம் அசௌகரி யத்தைப் பத்திப் பேச்சு இல்லேங்க. கிராமத் தோட நல்லதுக்காக...

ஜீவானந்தன் : (சிரித்துக் கொண்டு) அதாவது, இதிலே கிராமத் தோட நல்லது இருக்கோ இல்லியோ, ஒங்களோட நல்லது நிச்சயம் இருக்கு!

பைரவியை விரட்டற அதிகாரம் எனக்கு இருக்கா இல்லையா, தெரியாது. ஆனா எனக்கு இதிலே ஆட்சேபமில்லே. நான் சொல்றது என்னன்னா, இதைவிட நல்லதா ஒரு காரணம் தயார் பண்ணமுடியாதா? முயற்சி பண்ணிப் பாருங்களேன்! வேணும்னா எங்க ஏக்கடியை ஒதவிக்குக் கூப்பிட்டுக்கங் களேன், அவனுக்கு இந்த விஷயத்தில் நல்ல கைராசி உண்டு....

(எல்லோரும் திகைத்துப் போய் நிற்கிறார்கள்.)

- பைரவிகளோட ஒழுக்கம் பத்தி எவ்வளவோ பழைய கதைகள் இருக்கு. ஆகையாலே ஒழுக்கக் கேட்டை ஒரு காரணமாப் பயன் படுத்திப் பிரயோசனமில்லே. பைரவின்னு இருந்தாப் பைரவங்களும் வந்து சேரத்தான் செய்வாங்க. பைரவங்களுக்கும் பைரவி தேவை. இது பழங்காலத்து மரபு. இதை சுலபமா மாத்த முடியாது. மாத்த முயற்சி பண்ணினாப் பக்தகோடிகளுக்குக் கோபம் வந்துவிடும். ஒரு சமயம் தேவதைக்கே கோபம் வந்தாலும் வரும்-பெரிய கலகம் ஏற்படும். மாதங்கி பைரவிக்கு நாலைஞ்சு பைரவங்க இருந்தாங்களாம். அவளுக்கு முன்னாலே இருந்த பைரவியோட காதலன் களை எண்ணி மாளாதாம்!... சிரோமணிப் பெரியவரே! நீங்க இந்த ஊர்ப் பெரியவர், ஒங்களுக்குத்தான் எல்லாம் தெரியுமே!

சிரோமணி : (வறண்ட குரலில்) எனக்கு என்னங்க தெரியும்?

(பிரபுல்லன் நுழைகிறான். அவன் கையில் சில செய்திப் பத்திரிகைகள். கடிதங்கள்.)

ஜீவானந்தன் : என்ன பிரபுல்லா, இங்கேயும் போஸ்ட் ஆபீஸ் இருக்கா?... இதெல்லாம் எப்போ ஒழியும்?

பிரபுல்லன் : (தலையையாட்டி) ஒழிஞ்சா ஒங்களுக்கு சௌகரியந்தான்! ஆனா இன்னும் இருக்கற தினாலே இந்தக் கடிதங்களைக் கொஞ்சம் பாருங்க. ரொம்ப முக்கியமான கடிதங்கள்!

ஜீவானந்தன் : முக்கியமில்லேன்னா இங்கே கொண்டு வந்திருப்பியா? ஆனா எனக்கு அதையெல்லாம் படிக்க இப்போ நேரமில்லே. பின்னாலேயும் நேரம் கிடைக்காது. கவரைப் பார்க்கற போதே தெரியுது-ஒண்ணு ஹீராலால்-மோகன்லால் கடையிலேருந்து வந்திருக்கு... இன்னொண்ணு சாலமன் துரையோட லெட்டர். அதிலேருந்து கூட சீமைச் சரக்கோட வாசனை வருது... துரை என்ன சொல்றார்? கேஸ் போட்டு டிகிரி வாங்கு வாரா... இல்லே என்னையே கொண்டு போய் ஜெயில்லே அடைச்சு வைக்கப் போறாரா?... ஹூம், அந்தக் காலத்துப் பிராமண தேஜஸ் மட்டும் என்கிட்டே இருந்தா இந்த யூதக் கடைக்காரனை சபிச்சுச் சாம்பலாக்கியிருப்பேன். அப்போ அவன் கிட்டே வாங்கின பாட்டில்களுக்குப் பணம் கொடுக்க வேண்டியிருக்காது!

பிரபுல்லன் : நீங்க என்னவெல்லாம் சொல்றீங்க, அண்ணா!... சரி, அப்புறம் பார்த்துக்கலாம். நான் வரேன் (திரும்பிப் போக முனைகிறான்)

ஜீவானந்தன் : (சிரித்துக் கொண்டு) இவங்ககிட்டே என்ன வெக்கம், தம்பி? இவங்களெல்லாம் நம்ம ஆளுங்க, எல்லாரும் நம்ம மாதிரிதான்னு வச்சுக்கயேன்! அதைத் தவிர ஒன்னோட அண்ணன் நான் இருக்கேனே-ஒரு கஸ்தூரி மான். நான் வந்தாலே என் வாசனையும் கூட வரும். என்னை எவ்வளவு நாள் மறைச்சு வச்சுக்க முடியும்? நாப்பது வருஷ வழக்கத்தை மாத்திக்க முடியும்னு தோணல்லே... நல்லாக் கள்ளநோட்டுஅடிக்கறவன் யாராவது கிடைச்சாப் பாரேன்...

பிரபுல்லன் : (எரிச்சலடைந்தாலும் சிரித்துவிட்டு) அண்ணா, ஒங்க பேச்சு இங்கே எல்லாருக்கும் புரியாது. நீங்க சொல்றதெல்லாம் உண்மைன்னு இவங்க நினைச்சுக்கிட்டு...

ஜீவானந்தன் : (சீரியஸாக) கள்ள நோட்டு அடிக்கறவங்களைக் கூட்டிக்கிட்டுவந்துடுவாங்களா? அப்படீன்னா பிரச்சினை தீர்ந்தது!... ராய்பாபு, நீங்க ரொம்ப கெட்டிக்காரர்... ஒங்களுக்குத் தெரிஞ்ச யாராவது இந்த வேலையிலே தேர்ந்தவங்க இருந்தா...

ஜனார்த்தன் : (எழுந்து நின்று வறண்ட குரலில்) நேரமாயிடுச்சு, நீங்க அனுமதிச்சீங்கன்னா...

ஜீவானந்தன் : ஒக்காருங்க, ஒக்காருங்க... இப்போ எழுந் துட்டா பிரபுல்லனோட ஆர்ப்பாட்டம் ஜாஸ்தியாயிடும். பைரவி விவகாரத்தை முடிச்சுடுவோம்... நான் போகச் சொன்னா அவ போயிடுவாளா?

ஜனார்த்தன் : அவளை விரட்டறது எங்க பொறுப்பு.

ஜீவானந்தன் : பைரவி பதவி காலியாயிருக்க முடியாதே! புதுப் பைரவியை நியமிக்க ஏற்பாடு...

ஜனார்த்தன் : அந்தப் பொறுப்பும் எங்களது.

ஜீவானந்தன் : பொழச்சேன்! இவ்வளவு பேரோட நம்பிக்கை யோட பாரத்தை பைரவி ஒரு ஆளாலே தாங்க முடியாது; சாட்சாத் சண்டிதேவி யாலே கூட தாங்க முடியாது. இந்த பைரவியை விரட்டறதிலே எனக்கு ஒரு ஆட்சேபமும் இல்லே; அதாவது இதிலே எனக்கு லாபம் இருந்தால். எனக்கு இப்போ ரொம்பப் பணக்கஷ்டம்... ஏக்கடி இருக்கானா பாருங்க, தொண்டை வறண்டு போச்சு!....

சேவகன் : (டம்ளரில் விஸ்கி கொண்டு வந்து கொடுத்து) ஏக்கடி பாபு சமையலறையைக் கவனிச்சுக் கிட்டிருக்கார்.

ஜீவானந்தன் : அதுக்குள்ளேயா? ஏக்கடியைக் கூப்பிடு!

(ஏக்கடி வருகிறான்)

ஜீவானந்தன் : பைரவியைக் கூப்பிட்டேனே, யாராவது கூப்பிடப் போனாங்களா?

ஏக்கடி	:	நானே போய்க் கூப்பிட்டேங்க.
ஜீவானந்தன்	:	அவ வந்தாளா?
ஏக்கடி	:	இல்லேங்க.
ஜீவானந்தன்	:	ஏன்? (ஏக்கடி பேசவில்லை) எப்போ வரதாச் சொன்னா?
ஏக்கடி	:	(குனிந்த தலையுடன்) அவங்க சொன்னதை இவ்வளவு பேருக்கு முன்னாலே சொல்லக் கூச்சமாயிருக்கு.
ஜீவானந்தன்	:	சுத்திவளைச்சுப் பேசாதே ஏக்கடி. அவ வருவாளா இல்லியா?
ஏக்கடி	:	வரமாட்டாங்க.
ஜீவானந்தன்	:	ஏன்?
ஏக்கடி	:	அவங்களாலே வரமுடியாதாம். என்கிட்டே சொன்னாங்க... விசாரிக்கற தகுதி இருந்தா அவரோட குடிமக்களை விசாரிக்கட்டும்! நான் அவரோட குடியில்லே, என்னை விசாரிக்க சர்க்காரோட கோர்ட் இருக்குன்னாங்க.
ஜீவானந்தன்	:	(இருண்ட முகத்துடன்) சரி, நீ போகலாம்.

(ஏக்கடி போகிறான்.)

- பிரபுல்லா, சீனித் தொழிற்சாலைக்கு ஆயிரம் பீகா நிலம் விக்கறதுக்குப் பத்திரம் எழுதியாச்சா?

பிரபுல்லன்	:	பத்திரம் தயார்.
ஜீவானந்தன்	:	அப்படியானால் நிலம் விக்கத் தயார்னு அவங்களுக்கு எழுதிடு.
பிரபுல்லன்	:	சரி

(பக்தர்கள் கூட்டங் கூட்டமாக நடமாடிக் கொண்டிருக் கிறார்கள்)

ஜீவானந்தன்	:	இன்னிக்கு என்ன இவ்வளவு கூட்டம்? இல்லே, தினமே இவ்வளவு கூட்டம் வருமா?

ஜனார்த்தன்	:	இந்த சரக் உத்சவ சமயத்திலே தினம் கூட்டம் வரும். இன்னிக்கு விசேஷ பூஜையானதாலே கூட்டம் இன்னும் அதிகமாயிருக்கு.
ஜீவானந்தன்	:	அப்படியா? சரி, நேரமாச்சு, வரேன். (சிரித்துக் கொண்டு) இப்போ ஜமீந்தாராயிருக்கறது காளிமோகன் இல்லே, ஜீவானந்த சௌதுரிங் கறதை சண்டிகர் ஜனங்க மறந்துட்டாங்க போலிருக்கு... ரெண்டு பேருக்கும் ரொம்ப வித்தியாசம், இல்லையா ராய்பாபு?

(ஜனார்த்தன் பதில் சொல்லத் தெரியாமல் விழிக்கிறார்.)

- இங்கே இருக்கறவங்க எல்லோரும் என்னோட குடிகள் தானே?

சிரோமணி	:	அதிலே என்னங்க சந்தேகம்?
ஜீவானந்தன்	:	எனக்கு சந்தேகமில்லேதான். வேறு யாருக்கும் இதிலே சந்தேகம் இருக்க வேண்டாம். வணக்கம் சிரோமணி பெரியவரே, வரேன். (சிரித்துக் கொண்டு) இந்த பைரவி விவகாரத்தை சீக்கிரம் முடிக்கணும்... பிரபுல்லா, வா போவோம். (போகிறான்)
சிரோமணி	:	(வெளியே எட்டிப் பார்த்து, ஜீவானந்தன் போய்விட்டதை உறுதிப்படுத்திக் கொண்டு) ஜனார்த்தன், என்ன தோணுது ஒனக்கு?
ஜனார்த்தன்	:	எவ்வளவோ தோணுது...
சிரோமணி	:	மகாபாவி! மானம், மரியாதை, வெக்கம் ஒண்ணும் கிடையாது.
ஜனார்த்தன்	:	ஆமா.
சிரோமணி	:	பேசற லட்சணத்தைப் பாத்தியா?? பொய் பேசறானா, நிசம் பேசறானா, வேடிக்கையாப் பேசறானா, வெளையாட்டாப் பேசறானா ஒண்ணும் புரியல்லே. பேசறதிலே பாதி புதிராயிருக்கு. இவனுக்கு எல்லாந் தெரியும்னு தோணுது. நீ என்ன சொல்றே?

(ஜனார்த்தன் பதில் சொல்லவில்லை)

- ஆனா ஏமாளியில்லே... நமக்கு நல்லதில் லேன்னு பயமாயிருக்கு.

ஜனார்த்தன் : எல்லாம் தேவியோட இச்சை!

சிரோமணி : அதைச் சொல்லணுமா! ஆனா விவகாரம் ரொம்பக் குழப்பமாயிருச்சு. என்ன நடக்கும்னு புரியல்லே. ஒனக்கென்ன, பணபலம் இருக்கு. அந்தச் சிறுக்கி புதையல் காக்கிற பூதம் மாதிரி கோவில் சொத்தைப் பார்த்துக் கிட்டிருக்கா. அவ போயிட்டாள்னா நீ வேலியை நகர்த்திப் போட்டு ஒன் தோப்பு தொரவைப் பெரிசு பண்ணிக்குவே... புலியை வலை போட்டுப் பிடிக்கப் போய் நான்தான் ஆப்பிட்டுக்கப் போறேன் கடைசிலே!

ஜனார்த்தன் : நீங்க பயந்துட்டீங்களா?

சிரோமணி : இல்லே பயமில்லே... ஆனா நீயுந்தான் ரொம்ப தைரியமா இருக்கறதாத் தெரியல்லியே? ஜமீந்தாருக்கு வெக்கம் மானம் கிடையாது. வாயிலே வந்ததெல்லாம் பேசறான். நம்ம கழுத்தைப் பிடிச்சு வலுக்கட்டாயமா நம்ம வாய்க்குள்ளே கள்ளை ஊத்தாமே விட்டானே, அதுவே ஆச்சர்யந்தான். ஏக்கடி சொன்னானே, பைரவியோட மிரட்டலைக் கேட்டியா? நீ ஜாஸ்தி பேசல்லே, நான்தான் நிறையப் பேசினேன்... இந்த ஏக்கடி இங்கே நடக்கறதை யெல்லாம் அவகிட்ட போய்ச் சொன்னானோ என்னமோ! இந்த ரெண்டு பேருக்கு நடுவிலே நான் ஆப்பிட்டுக்குவேன் போலேயிருக்கு.

ஜனார்த்தன் : (வறண்ட குரலில்) எல்லாம் தேவியோட இச்சை! நேரமாச்சு, இப்போ போயிட்டு, சாயந்திரம் வாங்க.

சிரோமணி : சரி வரேன். மறுபடி யாரு வராங்க இங்கே?

(ஒரு பக்கத்திலிருந்து ஷோடசி வருகிறாள். அவளுக்குப் பின்னால் சாகரும் அவனுடைய ஆட்களும், வேறு பக்கத்திலிருந்து ஜீவானந்தன், பிரபுல்லன், சிப்பாய்கள் வருகிறார்கள்.)

ஜீவானந்தன் : (ஷோடசியிடம்) நான் போயிக்கிட்டிருந்தேன், நீ இங்கே வரதைப் பார்த்து நானும் திரும்பி வந்தேன். ஒன்னை வரச் சொல்லி ஏக்கடியை அனுப்பினேன். அவனுக்கு நீ சொன்ன அளவுக்கு எனக்குப் புத்தி இல்லேதான். ஆனா என் குடிமக்களை அடக்கற அளவுக்கு அறிவு இருக்கு. இந்தக் கிராமத்தாரோட விருப்பப்படி ஒன் விஷயமா நான் என்ன உத்தரவு போட்டிருக்கேன், தெரியுமா?

ஷோடசி : தெரியாது.

ஜீவானந்தன் : இனிமேல் நீ பைரவி இல்லே. புது பைரவியை நியமிச்சு அவளுக்குக் கோவில் பொறுப்பைப் கொடுக்கப் போறோம். அதுக்கு நாள் கூடக் குறிச்சாச்சு. நீ கோவிலோட சொத்துக் கணக்கு வழக்கை ராய்பாபுகிட்டே ஒப்படைச் சுட்டுப் பெட்டிச் சாவியை என் குமாஸ்தா கிட்டே கொடுக்கணும். இந்த விஷயத்திலே நீ ஏதாவது சொல்லணுமா?

ஷோடசி : என் பேச்சு ஒங்களுக்குத் தேவையா?

ஜீவானந்தன் : தேவையில்லேதான்... இன்னிக்கு சாயங்காலம் இங்கே ஒரு கூட்டம் நடக்கும். நீ சொல்ல வேண்டியது இருந்தா, அந்தக் கூட்டத்துக்கு வந்து சொல்லலாம்... இன்னோரு விஷயம். நீ என் குடிகளை எனக்கு விரோதமாக் கலகம் பண்ணத் தூண்டறதாக் கேள்விப்படறேன்...

ஷோடசி : அது எனக்குத் தெரியாது. ஆனா என் குடிகளை ஒங்க கொடுமையிலேருந்து காப்பாத்த முயற்சி பண்றேன்.

ஜீவானந்தன் : (பல்லைக் கடித்துக் கொண்டு) அது ஒன்னாலே முடியுமா?

ஷோடசி : முடியுமா முடியாதாங்கறது தேவியோட விருப்பம்.

ஜீவானந்தன் : அவங்க சாவாங்க.

ஷோடசி : மனுஷனுக்கு என்னிக்காவது சாவு உண்டுன்னு அவங்களுக்குத் தெரியும்.

(கோபத்தாலும் அவமானத்தாலும் எல்லோருடைய முகமும் சிவக்கிறது. தன்னை மிகவும் கஷ்டப்பட்டு கட்டுப் படுத்திக் கொள்வதாக நடிக்கிறான் ஏக்கடி.)

ஜீவானந்தன் : (ஒரு வினாடி திகைத்து விட்டு) ஒனக்குக் குடி மக்கள் யாருமில்லே.

ஷோடசி : (தலைநிமிர்ந்து) நீங்க இன்னும் ஏதாவது சொல்லணுமா? இல்லேன்னா, இப்போ நான் சொல்றதைக் கேளுங்க.

ஜீவானந்தன் : சொல்லு!

ஷோடசி : இன்னிக்குத் தேவியோட ஜங்கம சொத்தோட கணக்கு வழக்குக் கொடுக்க எனக்கு நேரமில்லே. இன்னிக்கு கோவில்லே கூட்டம் நடத்த இடமில்லே. கோவிலைப் பூட்டி வைக்கணும்.

சிரோமணி : (கூச்சல் போட்டு) இந்த மோசடியெல்லாம் நடக்காது!

(ஜீவானந்தன் தவிர மற்றவர்கள் சிரோமணியின் பேச்சை எதிரொலிக்கிறார்கள்.)

ஜனார்த்தன் : (கோபத்தோடு) உனக்கு ஏன் நேரமில்லே, கோவில்லே ஏன் கூட்டம் போட இடமில்லேன்னு சொல்லமுடியுமா?

ஷோடசி : (அடக்கமான குரலில்) ராய்பாபு, ஒங்களுக்குத் தெரியும்,இப்போ சரக்திருவிழா நடக்குதுன்னு. பக்தர்கள் கூட்டம், சன்னியாசிகள் கூட்டம்... எனக்கு நேரம் ஏது? அவங்களைத்தான் நான் எங்கே போகச் சொல்லுவேன்?

ஜனார்த்தன் : (கத்துகிறார்) ஏதாவது ஏற்பாடு பண்ணித்தான் ஆகணும்?

ஷோடசி : (ஜீவானந்தனிடம்) எனக்குச் சண்டை சச்சரவு பிடிக்காது. அதுக்கெல்லாம் இங்கே வாய்ப் பில்லேன்னு ஒங்க ஆளுங்ககிட்டே சொல்லி வையுங்க... எனக்கு நேரமில்லே, நான் வரேன்.

ஜீவானந்தன்	:	(கடுமையாக) ஆனா என் உத்தரவு, இன்னிக்கு எல்லாம் நடந்தாகணும்?
ஷோடசி	:	வலுக்கட்டாயமாவா?
ஜீவானந்தன்	:	ஆமா.
ஷோடசி	:	(கூட்டத்திலிருந்த சாகரைக் கூப்பிட்டு) சாகர், ஒன் ஏற்பாடெல்லாம் தயாரா?
சாகர்	:	(அடக்கமாக) எல்லாம் தயார், அம்மா.
ஷோடசி	:	சரி, ஜமீந்தாரோட ஆளுங்க கலகம் பண்ணப் பார்க்கறாங்க. ஆனா கலகம் ஏற்படறதை நான் விரும்பல்லே. இந்தத் திருவிழா சமயத்திலே அடிதடி வேண்டாம்னு பார்க்கறேன். ஆனா வேறு வழியில்லேன்னா அடிதடியிலே இறங்க வேண்டியதுதான். இந்த ஆளுங்களைப் பார்த்து வச்சுக்க. இவங்களிலே யாரும் இந்தக் கோவில் எல்லைக்குள்ளே வரக்கூடாது; வந்தா அடிச்சுடாதே, விரட்டிவிடு அது போதும்!...

(போகிறாள்.)

அங்கம் - 2

காட்சி - 1

இடம்- ஷோடசியின் குடிசை.

(முன்னிரவு நேரம். உள்ளே விளக்கு எரிகிறது. வாசலில் ஷோடசி அமர்ந்திருக்கிறாள். நிர்மலும் ஹைமவதியும் வருகிறார்கள். அவர்களுக்குப் பின்னால் ஒரு வேலைக்காரன்.)

ஷோடசி : அட, வாங்க வாங்க! நீங்க இன்னிக்கு மத்தியானம் ஊருக்குப் போறதாகக் கேள்விப் பட்டேனே!

(நிர்மலும் ஹைமவதியும் அவளருகில் உட்காருகிறார்கள்)

ஹைமவதி : இல்லே போகல்லே. இவரையும் போக விடல்லே. இந்த ஒங்க புது வீட்டைப் பார்க்காமே போக மனசில்லே...

நிர்மல் : ஆனா பார்த்தப்புறம் மனசுக்கு மகிழ்ச்சியா யிக்கும்னு தோணல்லே.

ஹைமவதி : நிசந்தான். பார்க்காமலேயே போயிருக்கலாம்னு இப்போ தோணுது. ஊதாரித்தனமா செலவு பண்ணி இந்தக் குடிசை கட்டிக்கிட்டதா சிரோமணிப் பெரியவரோ, அல்லது எங்க அப்பாவோ குத்தஞ் சொல்ல முடியாது... அதிருக்கட்டும். நீங்க ஏன் இந்த மாதிரிப் பைத்தியக்காரத்தனம் செஞ்சீங்க அக்கா? இந்தக் குடிசையிலே நீங்க இருக்க முடியுமா?

ஷோடசி : இதைவிட மட்டமான குடிசைகளிலே எவ்வளவோ ஜனங்க இருக்காங்க.

ஹைமவதி : அப்படீன்னா நிசமாவே எல்லாத்தையும் விட்டுடப் போறீங்களா?

நிர்மல் : வேறே வழி என்ன சொல்லு! ஒரு அபலைப் பொண்ணு கிராமத்திலே எல்லாரோடேயும் சண்டை போட்டுகிட்டுத் தாக்குப்பிடிக்க முடியுமா?

ஹைமவதி : நாங்க எல்லாம் கேள்விப்பட்டோம். நீங்க துறவி. இதையெல்லாம் துறக்க ஒங்களாலே முடியும். ஆனா ஒங்க மேலே சாத்தப்பட்ட பொய்யான அவதூறை எப்படிப் பொறுத்துக்கு வீங்க?

ஷோடசி : அவதூறு பொய்யாயிருந்தா அதைப் பொறுத்துக்கறதுல என்ன கஷ்டம்? ஒலகத்திலே பொய்க்குக் குறைச்சலில்லே. பொய்யை எதிர்த்துச் சண்டை போடற வெட்டிவேலையிலே ஈடுபட எனக்கு வெக்கமாயிருக்கு ஹேமா.

ஹைமவதி : அக்கா, நீங்க துறவி. ஒங்க பேச்சு பூரா எங்களுக்குப் புரியல்லே. ஆனா ஒங்களைப் பார்த்தா எனக்கு என்ன தோணுது தெரியுமா?... பழங்காலத்திலே ஒரு ராஜா என் மாமனாருக்கு ஒரு பட்டாக் கத்தி பரிசு கொடுத்திருந்தார். அதோட உறை துருப்பிடிச்சுப் போயிடுச்சு. ஆனா கத்தி இன்னும் கருக்கழியாமே, பளபளன்னு இருக்கு. நல்ல உறுதி! ஒங்களைப் பார்த்தா அதோட ஞாபகந்தான் வருது எனக்கு. கிராமத்துக் காரங்க எல்லோரும் ஒங்களைப் புரிஞ்சுக்காமே தப்புப் பண்றாங்கன்னு தோணுது.

ஷோடசி : (ஹைமவதியின் கையை எடுத்துத் தன் கையில் வைத்துக் கொண்டு) நீங்க இன்னிக்கு ஏன் போகல்லே? நாளைக்குப் போகப் போறீங்களா?

ஹைமவதி	:	புயலும் மழையுமாயிருந்த அந்தப் பயங்கர ராத்திரியிலே என்னோட குருட்டுப் புருஷனைக் கையைப் பிடிச்சு வீட்டுக்குக் கொண்டு வந்து விட்ட ஒங்ககிட்டே சொல்லிக்காமே நாங்க எப்படிப் பொறப்பட முடியும்?... ஆனா நான் போறதுக்கு முன்னாலே நீங்க எனக்கு ஒரு வாக்குக் கொடுக்கணும். எப்பவாவது ஒங்களுக்கு சொந்த மனுஷாளோட உதவி தேவைப்பட்டா, வெளியூர்லே இருக்கற இந்தத் தங்கையை நினைச்சுக்கணும்!

(ஷோடசி மௌனமாயிருப்பதைப் பார்த்து)

- வாக்குக் கொடுக்க இஷ்டமில்லையா, அக்கா?

ஷோடசி	:	வாக்குக் கொடுக்கறேம்மா, ஒன்னை மறக்க மாட்டேன்... உண்மையிலே இப்பத்தான் ஒனக்கு ஒரு லெட்டர் எழுதிக்கிட்டிருந்தேன்... ஆனா அதை எழுதி முடிக்கல்லே... என் லெட்டராலே ஒனக்கும் ஒன்னோட அப்பாவுக்கும் நடுவிலே விரோதம் ஏற்படுமோன்னு பயந்து லெட்டரை அப்படியே வச்சுட்டேன்.
ஹைமவதி	:	விரோதம் ஏற்படலாம். ஆனா அதைவிடப் பெரிய விஷயம் ஒண்ணு இருக்கு அக்கா. நீங்க அன்னிக்குக் காப்பாத்தின இந்த மனுஷரை விட எனக்கு யாருமே ஒலகத்திலே ஒசத்தியில்லே!
ஷோடசி	:	அப்படியா?
ஹைமவதி	:	ஆமா! அதை ஒங்ககிட்டே நேரே சொல்லணுங் கறதுக்காகத்தான் நாங்க இன்னிக்கு ஊருக்குப் போகல்லே.
ஷோடசி	:	(சிரித்துக் கொண்டு) இந்தச் சின்ன விஷயத்தை சொல்றதுக்கு ஒருத்தரே போதுமே. நிர்மல் பாபுவையாவது ஊருக்குப் போக விட்டிருக் கலாமே நீ?

ஹைமவதி	:	இவரையா? தனியாவா? அக்கா, இவர் வெளிப்பார்வைக்குத்தான் பெரிய வக்கீல். பெரிய மனுஷர்! சம்பளமில்லாத இந்த வேலைக்காரி மட்டும் இல்லேன்னா இந்த ஆளாலே ஒலகத்திலே பொழச்சிருக்க முடியாது. ஆச்சரியம் என்ன தெரியுமா அக்கா... இந்த ஆம்பிளைகளெல்லாருமே வெளிப்பார்வைக்கு ரொம்ப உறுதியான வங்களா, பலசாலிகளாத் தெரியறாங்க. ஆனா உள்ளூர இவங்க சக்தியில்லாதவங்க, உறுதியில்லாதவங்க. தேவைப்படறபோது இவங்களுக்கு வேண்டிய காகிதம், பத்திரங்கள் கிடைக்காது; வெளியே கிளம்பற போது சட்டையைத் தேடிக் கொடுக்கணும்; தெருவிலே போறபோது கையிலேருந்து காசு கீழே விழுந்துவிடும்... எந்த தைரியத்திலே இவரைத் தனியாப் போக விடுவேன் சொல்லுங்க! (புன்சிரிப்புடன்) அன்னிக்குக் கொஞ்ச நேரம் நான் கவனிக்காததால் தானே தனியாப் போயி இருட்டிலே மாட்டிக் கிட்டார்! நல்லவேளை இவரைக் காப்பாத்த நீங்க இருந்தீங்க.
வேலைக்காரன்	:	அம்மா, நேத்து மாதிரி இன்னிக்கும் பொயல் மளை வரும் போல இருக்கு...
ஹைமவதி	:	அப்ப நான் கிளம்பறேன் அக்கா. பொயல் வரும்னு இல்லே. நாளைக்கு விடிகாலையிலேயே பொறப்படணும். நிறைய வேலை இருக்கு, இருந்தாலும் இவரைக் கூட்டிக் கிட்டு ஓடிவந்தேன். அப்பாவுக்குத் தெரியாமே வீட்டுக்குள்ளே நுழையணும். குழந்தை முழிச்சிக்கிட்டு அழறானோ என்னவோ, அவனுக்குப் பால் கொடுக்கணும். இவரோட சாப்பாட்டுக்கு ஏற்பாடு செய்யணும். தூரப்பயணத்துக்கு வேண்டிய எல்லா ஏற்பாடும் நானே செய்யணும். புருஷன், பிள்ளை, குடும்பம், எவ்வளவு பொறுப்பு! எனக்கு மூச்சுவிடக்கூட நேரமில்லே.

ஷோடசி : இப்படியிருக்கறது ஒனக்குக் கஷ்டமா யில்லையா?

ஹைமவதி : (புன்சிரிப்புடன்) கஷ்டமாத்தான் இருக்கு. ஆனா இந்த மாதிரி கஷ்டத்தை அனுபவிச்சுக் கிட்டே நான் உயிரைவிடணும்னு என்னை ஆசீர்வாதம் பண்ணுங்க அக்கா. எனக்கு மறுபிறப்பு உண்டுன்னா அந்தப் பிறப்பிலேயும் இதே மாதிரி கஷ்டத்தை, என் தலையிலே பிரும்மா எழுதி வைக்கட்டும்!

ஷோடசி : ஹேமா, ஒன் பேச்சு எனக்குப் புரியுது. இந்த வலை ஒரு மகிழ்ச்சி வலை, ஒரு தேன் கூடு. இந்தக் கூட்டிலே சிக்கச் சிக்க இன்னும் தேன் குடிக்கலாம். நீ கேக்கற மாதிரியே நடக்கட்டும்னு ஒனக்கு ஆசீர்வாதம் பண்றேன்.

ஹைமவதி : (ஷோடசியின் காலைத் தொட்டு வணங்கி) இதை விடப் பெரிய ஆசீர்வாதம் பெண்களோட வாழ்க்கையிலே என்ன இருக்கு?

நிர்மல் : என்ன உளறிக்கிட்டே இருக்கே? இன்னிக்கு என்ன வந்தது ஒனக்கு?

ஹைமவதி : எனக்கு என்ன ஆச்சுன்னு ஒங்களுக்கு எப்படித் தெரியும்?

ஷோடசி : தெரிஞ்சுக்கற சக்தி ஒங்களுக்கு உண்டா?

நிர்மல் : ஆம்பிளைகளுக்கு இது புரியாதுங்கறீங்க. ஆமா, உண்மைதான், ஒப்புத்துக்கறேன். ஆனா இது ஒங்களுக்கு எப்படிப் புரிஞ்சுது...

ஹைமவதி : இவங்க பைரவியா இருக்கறதாலே இவங் களுக்குப் புரியாதுன்னு சொல்றீங்களா? பைரவின்னாலும் பெண் இல்லையா? பெண் களுக்கு இதைக் கஷ்டப்பட்டுத் தெரிஞ்சுக்க வேண்டாம். நாங்க பிறக்கறபோது பிரும்மா தன் ரெண்டு கை நிறைய அள்ளி இந்த சக்தியை எங்களுக்கு கொடுத்துடறாராக்கும்! இதுக்கு முன்னாலே இந்திராணியோட ஐசுவரியங்கூடத் தூசிதான். நான் சொல்றது சரிதானே அக்கா?

ஷோடசி	:	நிச்சயமா!
வேலைக்காரன்	:	மழைவரும் போலே இருக்கு அம்மா.
ஹைமவதி	:	இதோ எழுந்திருந்துட்டேம்ப்பா... ரொம்ப அதிகப்பிரசங்கித்தனமாகப் பேசிட்டேன். மன்னிச்சுங்கங்க அக்கா?
நிர்மல்	:	ஹைமவதிக்கு நீங்க எழுதிய லெட்டரை அவ கையிலே கொடுத்துடுங்களேன். அப்படி செஞ்சா நேரமும் மிஞ்சும், தபால் செலவும் மிஞ்சும்.
ஷோடசி	:	கொடுக்காட்டியும் மோசமில்லே. லெட்டருக்கு அவசிய மில்லேன்னு தோணுது.
நிர்மல்	:	அவசியமில்லாமே போனா நல்லதுதான். ஆனா அவசியமேற்பட்டா ஒங்களோட இந்த ரெண்டு பக்தர்களையும் நிச்சயம் நினைச்சுக்கணும்?
ஹைமவதி	:	நான் வரேன் அக்கா. இன்னிக்கு ஒங்க முகத்தைப் பார்த்து என்னென்னவோ தோணுது எனக்கு. நீங்க ஏதோ ரொம்ப தூரத்துக்குப் போயிட்ட மாதிரி இருக்கு.
நிர்மல்	:	வணக்கம். தேவைப்பட்டாக் கூப்பிடுங்க.
		(போகிறார்கள்)
ஷோடசி	:	(தனக்குள்) ஹேமா, நீ இவ்வளவு நாளா என் கண்ணை மறைச்சிருந்த திரையை விலக் கிட்டே!
		(சாகர் வருகிறான்.)
		- சாகர், ஒன் ஆளுங்க எங்கே?...
சாகர்	:	அவங்க இன்னிக்குக் கூட்டமா ஜமீந்தாரோட கச்சேரிக்குப் போயிருக்காங்க... ஒம்மேலே புகார் பண்ணத்தான்.
ஷோடசி	:	எம் மேலேயா?
சாகர்	:	ஆமா. இதிலே ஆச்சரியப்பட ஒண்ணு மில்லேம்மா. ஏதாவது ஆபத்து வந்தா ஒங்கிட்டே ஓடி வந்து பழகினவங்க அவங்க.

எப்போதும் யாரையாவது அண்டியிருக்கணும் அவங்களுக்கு. ஜமீந்தார் ஒரு தடவை மிரட்டின மிரட்டல்லே பயந்து போய் அவர்கிட்டே ஓடிட்டாங்க.

ஷோடசி : சரிதான். ஆனா கூட்டம் கோவில்லேல்ல நடக்கறதா இருந்தது?

சாகர் : ஆமா. ஜமீந்தாரோட அடியாளுங்களுக்கும் அந்த ஆசைதான். ஆனா கிராமத்தாருக்கு என்னையும் என் சித்தப்பாவையும் பத்தித் தான் தெரியுமே! அதனாலே அவங்க கோவில்லே கூட்டத்தை வச்சிக்கல்லே.

ஷோடசி : கூட்டத்திலே என்ன முடிவாச்சு?

சாகர் : ரொம்ப நல்ல முடிவுதான்! வர்ற செவ்வாய்க் கிழமையே புது பைரவிக்கு அபிசேகம் பண்ணப் போறாங்க. நீயும் கவலைப்பட வேண்டியதில்லே. நீ வேண்டிக்கிட்டா காசியிலே போய் இருக்கறதுக்கு ஒனக்கு நூறு ரூபா தருவாங்க.

ஷோடசி : நான் ஜமீந்தார் பாபு கிட்ட வேண்டிக்கணு மாக்கும்?

சாகர் : ஆமா.

ஷோடசி : நிலத்தை இழந்திருக்காங்களே, அவங்களோட நிலைமை என்ன ஆகும்?

சாகர் : வெகுகாலமா என்ன ஆயிக்கிட்டிருக்கோ அதுதான்...

ஷோடசி : ஒங்க விஷயம்?

சாகர் : அதாவது என்னையும் என்னோட சித்தப் பாவையும் என்ன பண்ணப் போறாங்கன்னு கேக்கறியா? அதுக்கும் ஏற்பாடு நடக்குது. ஜமீந்தார் கெட்டிக்கார மனுசர். போலீஸ் அவர் கைக்குள்ளே... பத்து மைல் சுத்தளவுக் குள்ளே எங்கேயாவது கொள்ளை நடந்தாப் போதும், அதிலே எங்களை மாட்டிவிட்டு ஜெயில்லே தள்ளிடுவார்...

ஷோடசி : (பயந்து போய்) இப்படி நடக்கும்னு நினைக்கறியா?

சாகர் : நினைக்கறதா? இதுதான் தெளிவாத் தெரியுதேம்மா! எங்களை ஜெயிலுக்கு வெளியே வச்சிருக்க யாராலேயும் முடியாது... ஆனா ஜெயிலுக்குப் போகாமே வெளியிலே இருக்காங்களே, அவங்களோட நிலைமையும் நல்லாயிருக்காது...

ஷோடசி : ஏன்?

சாகர் : பார்க்கப் போனா அவங்க நிலைமை எங்க நிலைமையை விட மோசமாயிருக்கும். ஜெயில்லே எங்களுக்கு ரெண்டு வேளை சோறாவது கிடைக்கும், அவங்களுக்கு அதுவும் கிடைக்காது. எல்லாரும் ராய்பாபு கிட்டே கடன் வாங்கி ஜமீந்தாருக்கு வரி கொடுத்திருக்காங்க. ராய்பாபு கோர்ட்டுக்குப் போய் டிகிரி வாங்க வேண்டியதுதான். அப்புறம் அவங்க எல்லாரும் சொந்த நிலத்தைப் பறிகொடுத்துவிட்டு அதிலேயே கூலி வேலை செய்து பிழைக்க வேண்டியது தான்... இல்லேன்னா...

ஷோடசி : இல்லேன்னா என்ன?

சாகர் : அஸ்ஸாம் தேயிலைத் தோட்டம் இருக்கவே இருக்கு!... ஏன், ஒனக்கே ஞாபகமிருக்குமே, இந்தப் பகுதியிலே எவ்வளவு பூமிஜங்க, பௌரிங்க சொந்த நிலம் வச்சுக்கிட்டிருந் தாங்க!...

ஷோடசி : ஞாபகம் இருக்கு...

சாகர் : இப்போ அவங்க எங்கே?... சிலபேர் நிலக்கரிச் சுரங்கத்தில வேலைக்குப் போயிட்டாங்க... சிலபேர் தேயிலைத் தோட்டத்துக்குப் போயிட்டாங்க. இப்போ அவங்க நிலத்திலே பாதி ஏக்கடி நந்திகிட்டே இருக்கு, இன்னொரு பாதி ராய்பாபு கிட்டே.

ஷோடசி : (திகைத்துப்போய்) கூட்டத்திலே ஏற்பட்ட முடிவைப் பத்தி ஒனக்கு யார் சொன்னாங்க?

சாகர் : ஜமீந்தார் சொல்லித்தானே கேட்டேன்.

ஷோடசி : அப்படின்னா இதெல்லாம் அவரோட ஏற்பாடா?

சாகர் : (சற்று யோசித்து) தெரியல்லே, ஆனா இதிலே ராய் பாபுவும் உள் கைன்னு தோணுது.

ஷோடசி : நான் இப்போ தனியாள்; ஜமீந்தார் நினைச்சா என்னை என்ன வேணும்னாலும் செய்யலாம்.

சாகர் : அம்மா, நீ ஒண்ணும் தனியாள் இல்லே. (சற்று மௌனமாயிருந்து விட்டு) அம்மா, என்னைப் பத்தி நானே சொல்லிக்கக் கூடாது, என் குருநாதர் உத்தரவு. (தன் கையிலிருந்த மூங்கில் தடியை உறுதியாகப் பிடித்துக் கொண்டு) ஹரிஹர் சர்தாரோட அண்ணன் பிள்ளை சாகர் சர்தாரோட பேரு பத்து-இருபது மைல் சுத்தளவுக்குத் தெரியும். ஒன்னைக் கொடுமைப்படுத்தறதுக்கு ஆள் சுத்துவட்டத்து அம்பது கிராமத்திலே கிடைக்கமாட்டான்!

ஷோடசி : (கண்களில் நம்பிக்கை ஒளி தோன்ற) நிசமாவா, சாகர்?

சாகர் : (சட்டென்று தன் தடியை அவள் காலடியில் வைத்து) என் பேச்சு பொய்யாகக் கூடாதுன்னு ஆசீர்வாதம் பண்ணும்மா!

ஷோடசி : (கண்களில் மென்மை தோன்றிப் பிறகு கடுமை தோன்ற) சாகர், நீங்களெல்லாம் சாவுக்கு அஞ்சற தில்லேன்னு கேள்விப்பட்டேனே!

சாகர் : (சிரித்துக் கொண்டு) நீ கேள்விப்பட்டது சரிதாம்மா:

ஷோடசி : ஒங்களுக்கு உசிரைக் கொடுக்கத்தான் தெரியுமா, பறிக்கத் தெரியாதா?

சாகர் : ஏன் முடியாது? அந்த உத்தரவுக்காகத்தான் ஒன்னை இவ்வளவு நாளாக் கெஞ்சிக் கிட்டிருந்தேன்...நீதான் கொடுக்கமாட்டேன்னு சொல்லிக்கிட்டு இருந்தே...

ஷோடசி : சீ, சீ அந்தப் பேச்சையே எடுக்காதேப்பா!

சாகர் : ஆனா மனசிலேருந்து அந்த நினைப்பை வெரட்ட முடியல்லியே!

(பூசாரி வருகிறான்)

பூசாரி : கோவில் கதவைப் பூட்டிட்டேம்மா. இந்தாங்க சாவி. அப்போ நான் வரேன். இருட்டிப் போச்சு.

ஷோடசி : சரிப்பா... (பூசாரி போகிறான்) சாகர், பக்கிரி சாயபு எங்கேயே போயிட்டார். அவர் எங்கே போயிருக்கார்னு கண்டுபிடிச்சுக் சொல்றியா?

சாகர் : ஏம்மா?

ஷோடசி : எனக்கு இப்போ அவர் ரொம்பத் தேவை!... அவரையும் ஒங்களையும் தவிர என்னை நேசிக்கறவங்க ஒலகத்திலேயே வேறே யாருமில்லே.

சாகர் : ஆனா நீயோ என்கிட்டே எவ்வளவோ தடவை சொல்லிருக்கியே, பக்கிரிசாயபு ஒரு மகாத்மா, மனசார அவரைக் கூப்பிட்ட ஒடனே வந்துடுவாருன்னு!

ஷோடசி : (திடுக்கிட்டு) ஆமா சாகர், இவ்வளவு முக்கியமான உண்மையை நான் எப்படி மறந்தேன்? நான் பெரிய ஆபத்திலே ஆப்பிட்டுக்கிட்டு இருக்கற இந்த சமயத்திலே அவர் வராமே இருக்க மாட்டாரே!

சாகர் : எனக்கும் அந்த நம்பிக்கைதான்... சரிம்மா, ரொம்ப நேரமாச்சு. நீ தூங்கப் போ. நான் வரேன்.

ஷோடசி : சரி,போயிட்டு வா.

சாகர் : (புன்சிரிப்புடன்) கவலைப்படாதேம்மா. சாகர் ஒன்னைத் தனியாவிட்டுட்டு ரொம்ப நேரம் எங்கேயும் போகமாட்டான் (போகிறான்)

ஷோடசி : (தனக்குள்) சாகர் எவ்வளவு பெரிய விஷயத்தை எனக்கு ஞாபகப்படுத்தினான்! பக்கிரிசாயபு! நீங்க எங்கேயிருந்தாலும் நிச்சயம் வருவீங்க!

வெளியிலிருந்து ஒரு குரல் : உள்ளே வரலாமா?

ஷோடசி : (திகைத்து, எழுந்து நின்று கொண்டு, உருக்கமான குரலில்) வாங்க, வாங்க.. நான் ஒங்களைத்தான் முழுமனசோடே கூப்பிட்டுக்கிட்டிருந்தேன்!

(ஜீவானந்தன் நுழைகிறான்)

ஜீவானந்தன் : இப்படிப்பட்ட பதிபக்தி இந்தக் கலிகாலத்திலே அபூர்வம். என்னை வரவேற்க ஆசனம் அர்க்கியம் எல்லாம் எங்கே?

ஷோடசி : (திகைப்பும் பயமுமாய்) நீங்களா? நீங்க ஏன் வர்றீங்க?

ஜீவானந்தன் : ஒன்னைப் பார்க்கத்தான். நீ பயந்து போயிட்டே போலிருக்கு. பயப்படறது இயற்கைதான். ஆனா, கத்தாதே. என்கிட்ட பிஸ்டல் இருக்கு. ஒன்னோட கொள்ளைக்காரத் தொண்டனுங்க வந்தா அனாவசியமா அவங்க உசிருதான் போகும்.

(ஷோடசி பேசாமல் நிற்கிறாள்)

- எதுக்கும் கதவைச் சாத்தி வச்சாக் கவலை யில்லாமே இருக்கலாம். என்ன சொல்றே?

(ஜீவானந்தன் கதவைச் சாத்தித் தாளிடுகிறான்.)

ஷோடசி : (நடுங்கும் குரலில்) சாகர் இல்லே...

ஜீவானந்தன் : இல்லையா? தடியன் எங்கே போயிட்டான்?

ஷோடசி : நீங்க தெரிஞ்சுதான்...

ஜீவானந்தன் : ‘நீங்க’ன்னு யாரைச் சொல்றே? எனக்கு ஒண்ணும் தெரியாது.

ஷோடசி : நான் தனியா, பாதுகாப்பு இல்லாமே இருக்கேன்னு தெரிஞ்சுக்கிட்டுதான் நீங்க

ஆளுங்களோடே வந்திருக்கீங்களா, என்னைத் தாக்க?... நான் ஒங்களுக்கு என்ன கெடுதல் செஞ்சேன்?

ஜீவானந்தன் : ஒன்னைக் கொடுமைப்படுத்த ஆளுங்களைக் கூட்டிக்கிட்டு வந்துருக்கேனா? சீ, சீ... அதெல்லாமில்லே. ஒன்னைப் பார்க்க ஏக்கமாயிருந்தது. அதுதான் வந்திருக்கேன்.

(ஷோடசியின் கண்களிலிருந்து நீர் வழிந்து கொண்டிருந்தது. ஜீவானந்தனின் கேலிப் பேச்சில் அது வந்து விட்டது. ஜீவானந்தன் சற்றுத் தொலைவில் அமர்ந்து கொண்டு அவளது குனிந்த முகத்தைத் தாபத்தோடு பார்க்கிறான்.)

ஜீவானந்தன் : அளகா!

ஷோடசி : சொல்லுங்க.

ஜீவானந்தன் : இங்கே புகையிலை இருக்கோ?

(ஷோடசி ஒரு முறை நிமிர்ந்து பார்த்துவிட்டுத் தலை குனிகிறாள்.)

ஜீவானந்தன் : (ஒரு பெருமூச்சு விட்டு) 'தேவி சௌதுராணி' யிடமிருந்து வரானே பிரஜேஸ்வர், அவன் அதிருஷ்டக்காரன். தேவி சௌதுராணி அவனைக் கைது பண்ணிக்கிட்டு வந்தாலும் அவனுக்குப் புகையிலை கொடுத்தா. அதுக்கப்புறம் தட்சணையும் கொடுத்தா... எப்படி விடைகொடுத்து அனுப்பினாங்கறதைச் சொல்லல்லே... நீ பங்கிம் பாபுவோட அந்த நாவல் படிச்சிருக்கே இல்லியா?

ஷோடசி : நான் ஒங்களைக் கைது பண்ணிக் கூட்டிக் கிட்டு வந்திருந்தா அந்த மாதிரி ஏற்பாடு செஞ்சிருப்பேன்.

ஜீவானந்தன் : (சிரித்துக் கொண்டு) வாஸ்தவந்தான். நான் சிப்பாயை அனுப்பி இழுத்துக்கிட்டு வந்தது தான் எல்லார் கண்ணிலேயும்படுது. ஆனா கண்ணுக்குத் தெரியாத சிப்பாய் செய்யற காரியம் யாருக்கும் தெரியறதில்லே. அங்கே,

ஒங்க சாஸ்திரத்திலே அவனுக்கு என்ன பேரு? மன்மதன்- உருவமில்லாதவன்-தானே? (சிறிது நேரம் மௌனம்) ஒரு சின்னக் கோரிக்கையோடே வந்தேன்... ஆனா இன்னிக்கு வேண்டாம். நான் கிளம்பறேன் ஒன் சீடப்பசங்க வந்துட்டாங்கன்னா எனக்கு மாப்பிள்ளை மரியாதை செய்யமாட்டாங்க. நான் என் பொண்டாட்டியைப் பார்க்க வந்தேன்னு சொன்னா நம்பவே மாட்டாங்க. நான் உசிருக்குப் பயந்து புளுகறதா நினைச்சுக்குவாங்க.

(ஷோடசி வெட்கத்தால் இன்னும் தலைகவிழ்கிறாள்.)

- புகையிலை புகைக்காட்டிப் பரவாயில்லை, ஆனா திடபதார்த்தம் ஏதாவது வயித்துக் குள்ளே போகல்லேன்னா என்னாலே நிக்க முடியாது. அளகா, நிசமாவே சாப்பிட ஒண்ணும் இல்லியா?

ஷோடசி : *என்ன? கள்ளா?*

ஜீவானந்தன் : (சிரித்துவிட்டு) *இப்போ நீ தவறு பண்ணிட்டே. எனக்குக் கள் வேணும்னா கொடுக்க வேறே ஆளு இருக்கு. அதுக்கு நீ வேண்டாம். ஒன்னை நல்லாப் புரிஞ்சுக்கிட்டிருக்கேன். ஒங்கிட்டே ஏதாவது கேக்கணும்னா எனக்கு வாழ்வு அளிக்கக் கூடியதைத்தான் கேப்பேன், என்னைச் சாக அடிக்கக் கூடியதையில்லே. சாதம், பருப்பு, இனிப்புப் பண்டம், அவல், பொரி எது இருந்தாலும் கொடு, சாப்பிட்டுப் பொழச்சிக்கறேன். இருக்குமா?*

(ஷோடசி கண் இமைக்காமல் அவனைப் பார்த்துக் கொண்டு நிற்கிறாள்)

- இன்னிக்குக் காலையிலே மனசு என்னவோ நல்லாயில்லே. ஒடம்பைப் பற்றிப் பேசறதிலே அர்த்தமில்லே. ஏன்னா, ஆரோக்கியமா இருக்கறதுன்னா என்னன்னே எனக்குத் தெரியாது. காலையிலே திடீர்னு ஆத்தங்

கரைக்குப் போய் நடக்க ஆரம்பிச்சேன். நடந்துக்கிட்டே இருந்தேன். திரும்பவே மனசில்லே. சூரியன் மறைஞ்சுது. தண்ணீர் ஓரத்திலே தனியா நின்னுக்கிட்டிருந்தபோது மனசுக்கு ரொம்ப மகிழ்ச்சியாயிருந்தது. ஒன் ஞாபகந்தான் வந்தது அப்போ. ஒன்னை ஊரை விட்டு விரட்டறதுக்காக ஊர் ஜனங்க என் கச்சேரியிலே வந்து கூடியிருப்பாங் கங்கறது ஞாபகம் வந்து திரும்பினேன். கூட்டத்திலேயும் கலந்துக்கிட்டேன். ஆனா ஒக்காந்திருக்க முடியல்லே. ஏதோ சாக்குச் சொல்லிட்டு அங்கேயிருந்து கிளம்பி வந்து இந்தக் கள்ளி மரத்துக்கு பின்னாலே நின்னேன்.

ஷோடசி : அப்புறம்?

ஜீவானந்தன் : நீயும் சாகரும் பேசிக்கிட்டிருந்தீங்க. நீங்க பேசினதெல்லாம் காதிலே விழுந்தது. அததோட அர்த்தமும் நல்லாப் புரிந்தது. என் மாதிரி நல்ல மனுஷங்க இந்த மாதிரி அசட்டுப் பைரவியை விரட்ட விரும்பறது இயற்கைதான்னு தோணிச்சு... அன்னிக்கு ராத்திரி போலீஸ்காரங்க என் வீட்டைச் சூழ்ந்துக்கிட்டிருந்தாங்க. அவங்ககிட்டே விலங்கு தயாராயிருந்தது. மாஜிஸ்டிரேட் துரை ஒன்கிட்டே ஒரேயொரு வார்த்தை எதிர்பார்த்தார். அப்ப நீ சொல்லிட்டே, நான் என் விருப்பப்படி இங்கே வந்தேன், யாரும் என்னைக் கட்டாயப்படுத்தல் லேன்னு... இப்போ சாகர் ஒரு சின்ன உத்தரவுக்காக எவ்வளவு கெஞ்சினான்! ஆனா அந்தப் பேச்சே கூடாதுன்னு சொல்லிட்டே நீ! அவன் வருத்தத்தோட திரும்பிப் போறதை என் கண்ணாலே பார்த்தேன். நான் மானசீகமா சண்டிகர் கோவில் தேவியைக் கும்பிட்டேன். அவளுக்கு என் மேலே அபார தயை இருக்கிறதால்தான்

ஒன்னை இவ்வளவு அப்பாவியா வச்சிருக்கா, நான் தேவியை வேண்டிக்கிட்டேன். 'அம்மா, இவளை விரட்டிட்டு என்னை இவளோட இடத்திலே உக்கார்த்தி வை! ஜனார்த்தன் ராயையும் ஏக்கடியையும் கூட்டாளிகளா வச்சுக்கிட்டு நான் பண்ற பூஜையிலே நீ அப்படியே அசந்து போயிடுவே, ஒன்னோட மண்சிலை இறுகிப் போய்க் கல்லாயிடும்!' னு... சரி, இந்தப் பூஜை விஷயத்தை அப்புறம் பேசிக்கலாம். முதல்லே என் பசிக்கு ஏதாவது கொடு. நிசமாவே ஒண்ணும் இல்லையா, அளகா?

ஷோடசி : வீட்டுக்குப் போனா சாப்பிடலாமே!

ஜீவானந்தன் : அப்படீன்னா, என் வீட்டு விஷயம் என்னை விட ஒனக்கு நல்லாத் தெரியுமாக்கும்! (சிரிக்கிறான்)

ஷோடசி : நீங்க நாள் பூரா சாப்பிடல்லே... அப்படியும் ஒங்க சாப்பாட்டுக்கு ஏற்பாடு ஒண்ணும் நடக்கல்லேன்னா, இது எப்படி சாத்தியம்?

ஜீவானந்தன் : ஏன் சாத்தியமில்லே? நான் சாப்பிடல் லேன்னா இன்னொருத்தர் எனக்காக சாப்பிடாமே காத்திருக்கும்படியா ஒரு ஏற்பாடு நான் செய்யலியே! (புன்சிரிப்புடன்) என்னோட அமைதியான வாழ்க்கை முறையை அன்னிக்குத்தான் ஒன் கண்ணாலே பார்த்தியே, மறந்துட்டியா?... அப்ப நான் போயிட்டு வரவா?

ஷோடசி : (பரபரப்போடு) தேவி பிரசாதம் கொஞ்சம் இருக்கு... அதை நீங்க சாப்பிடுவீங்களா?

ஜீவானந்தன் : சாப்பிடுவேன். ஆனா கொஞ்சந்தானே இருக்கும், நீ சாப்பிடறதுக்காக!

ஷோடசி : பின்னே ஒங்களுக்காகக் கொண்டு வந்து வச்சிருப்பேன்னு நினைச்சீங்களா?

ஜீவானந்தன் : (சிரித்துக் கொண்டு) அப்படி நினைக்கல்லே. ஆனா நான் சாப்பிட்டுட்டா ஒனக்கு?

ஷோடசி : *அதைப்பத்திக் கவலைப்படாதீங்க. ஒங்களைப் பொருத்த வரையில் இது ஒண்ணும் புது விஷயம் இல்லையே?*

ஜீவானந்தன் : *இல்லைதான், நான் பண்றது எதுவுமே தவறு இல்லே. சரி, தவறுங்கற எல்லைக்கு அப்பாலே போயிட்டேன்தான்... இப்போ என் மனசிலே விசித்திரமான எண்ணம் ஒண்ணு தோணுது, நீ சிரிக்கல்லேன்னா ஒங்கிட்டே சொல்றேன்.*

ஷோடசி : *சொல்லுங்க.*

ஜீவானந்தன் : *எனக்கு என்ன தோணுதுன்னா- நான் இப்பவும், இன்னிக்குக்கூட, மத்த மனுஷங்க மாதிரி வாழ்க்கை நடத்த முடியும் - நீ மட்டும் இந்த பாவியோட பொறுப்பை ஏத்துக்கற தாயிருந்தால்.... ஏத்துக்குவியா அளகா?*

ஷோடசி : *நீங்க என்ன சொல்றீங்க?*

ஜீவானந்தன் : (உருக்கமாக) *என் முழுப் பொறுப்பையும் நீ ஏத்துக்க அளகா!*

ஷோடசி : (திடுக்கிட்டு) *அதாவது என் மேலே சாத்தப் பட்டிருக்கற குத்தத்தை நான் நிசமாவே செய்யணுங்கறீங்க! நீங்க என் அம்மாவை ஏமாத்திட்டீங்க. ஆனா என்னை ஏமாத்த முடியாது!*

ஜீவானந்தன் : *நான் ஒன்னைக் குத்தஞ்சாட்டல்லியே! ஒம்மேலே நான் விசாரணை நடத்தினது வாஸ்தவந்தான். ஆனா நீ குத்தம் செய்ததாக நான் நினைக்கல்லே... இந்த மாதிரி விசித்திரமான, உறுதியான பெண்பிள்ளையை மசிய வைச்ச ஆண் மகன் யாராயிருக்கும்? இதுதான் ஒரு புதிராயிருக்கு எனக்கு.*

ஷோடசி : *அந்த ஆளோட பேரை யாரும் உங்ககிட்டே சொல்லல்லியா?*

ஜீவானந்தன் : *இல்லே. நான் துருவித் துருவிக் கேட்டேன். ஒருத்தரும் சொல்லத் தயாராயில்லே. சரி, நான் வரேன்.*

ஷோடசி : நீங்க ஏதோ காரியமா வந்ததாச் சொன்னீங்களே!

ஜீவானந்தன் : காரியமா?... என்ன காரியங்கறது மறந்து போச்சு. ஒன்னோடே பேசறதுதான் முக்கியமான காரியமாத் தோணுது... அளகா, நிசமாவே ஒனக்கு இன்னொரு கலியாணம் நடந்ததா?

ஷோடசி : 'இன்னொரு'ன்னா? எனக்கு ஒரு தடவை தான் கலியாணம் நடந்தது!

ஜீவானந்தன் : ஒன் அம்மா ஒன்னை எனக்குப் பண்ணி வச்ச கலியாணம் நிசமில்லையா!

ஷோடசி : இல்லே... அம்மா என்னோடே சேர்த்து ஒங்களுக்குக் கொடுத்த பணத்தைத்தான் நீங்க எடுத்துக்கிட்டீங்க, என்னை எடுத்துக் கல்லே.

ஜீவானந்தன் : (ஏதோ தியானத்தில் ஆழ்ந்தவன் போல் இருக்கிறான். அவனது குரல் வெகுதொலைவிலிருந்து ஒலிப்பது போல் கேட்கிறது.) அளகா, ஒரு விஷயம் உண்மையில்லே.

ஷோடசி : என்ன உண்மையில்லே?

ஜீவானந்தன் : நீ நினைச்சுக்கிட்டிருக்கறது... அந்த கதையை யார் கிட்டேயும் சொல்ல வேண்டாம்னு நினைச்சுக்கிட்டிருந்தேன், ஆனா ஒன்கிட்டயும் சொல்லாமேயிருக்க முடியல்லே. நான் ஒன்னோட அம்மாவை ஏமாத்தினது வாஸ்த வந்தான், ஆனா கடவுள் ஒன்னை ஏமாத்தற வாய்ப்பை எனக்குத் தரல்லே. என்னோட ஒரு வேண்டுகோளைக் கேப்பியா?

ஷோடசி : என்ன, சொல்லுங்க!

ஜீவானந்தன் : நான் எப்போதும் உண்மை பேசறவன் இல்லைதான். ஆனா இப்ப நான் சொல்றதை நம்பு! ஒன் அம்மாவை எனக்குத் தெரியும். அவளோட பணத்தை எடுத்துக்கறதுதான் என்னோட நோக்கம், ஒன்னைக் கலியாணம் பண்ணிக்கறது இல்லே. ஆனா அன்னிக்கு

நீ என் மனைவி ஆனபோது ஒன்னை வேண்டாம்னு மறுக்க எனக்குத் தோணல்லே.

ஷோடசி : பின்னே என்ன தோணிச்சு?

ஜீவானந்தன் : அது கிடக்கட்டும். இதுக்கு மேலே ஒனக்குத் தெரிய வேண்டாம். தெரிஞ்சுக்கிட்டா அதனாலே எனக்கு நஷ்டந்தானே தவிர லாபமொண்ணுமில்லே. ஒரு விஷயம் மட்டும் தெரிஞ்சுக்கோ. நான் அன்னிக்கு ஒன்னை விட்டுட்டு ஓடிப்போகல்லே.

ஷோடசி : அது என்ன கதை? சொல்லுங்க!

ஜீவானந்தன் : சொல்றேன், கேளு! ஒன் அப்பாவோட யோசனைக்கு நான் ஏன் ஒப்புத்துக்கிட்டேன், தெரியுமா? நான் ஒரு பொம்பளையோட தங்க செயினைத் திருடியிருந்தேன். ஒன் அம்மா கொடுத்த பணத்தாலே அவளோட வாயைமூடப் பார்த்தேன். அவ வாயை மூடிக்கிட்டா. ஆனா அதுக்குள்ளே போலீஸ் வாரண்ட் வந்துடுச்சு. ஆறு மாசம் ஜெயில்லே இருக்க வேண்டியதாச்சு. அன்னிக்கு ராத்திரி கலியாணம் செஞ்சுக்கிட்டு வெளியே போனவன் திரும்பி வரமுடியல்லே.

ஷோடசி : (பரபரப்போடு) அப்புறம்?

ஜீவானந்தன் : (புன்சிரிப்புடன்) அப்புறமா? ஜீவானந்த பாபு மேலே இன்னொரு வாரண்டும் இருந்தது. அவர் தன்னோடே கூட ரயில்லே பிரயாணம் செஞ்ச ஒரு சினேகிதனோட பர்ஸைத் திருடிக்கிட்டு ஓடிப்போயிட்டார். அந்தக் குத்தத்துக்காக ஒண்ணரை வருஷ ஜெயில். ஆக மொத்தம் ரெண்டு வருஷத்துக்கப்புறம் அவர் திரும்பி வந்த போது பழைய இடத்திலே அளகாவும் இல்லே, அளகாவோட அம்மாவும் இல்லே... சரி, எனக்கு மறுபடியும் அந்தக் கூட்டத்துக்குப் போகணும். நான் வரேன்.

ஷோடசி : ஒங்களுக்கு அந்தக் கூட்டத்திலே நிறைய வேலை இருக்கு. உண்மைதான். இருந்தாலும்

		நீங்க ஒண்ணும் சாப்பிடாமே இங்கேயிருந்து போகக்கூடாது!
ஜீவானந்தன்	:	கூடாதா? சரி, கொண்டு வா! ஆனா, என் கிட்டே ஒரு கெட்ட குணம்- சாப்பிட்டப்புறம் நகர மனசு வராது.
ஷோடசி	:	நகர மனசு வரல்லேன்னா இங்கேயே ஓய்வு எடுத்துக்கங்க.
ஜீவானந்தன்	:	ஓய்வா?... தூங்கிப் போயிட்டேன்னா?
ஷோடசி	:	அப்படியும் நேரலாந்தான்- ஓடிப் போயிடாதீங்க. நான் இதோ வரேன். (போகிறாள்)

(அறை மூலையில் ஒரு காகிதத்துண்டு கிடப்பதைப் பார்த்த ஜீவானந்தன் அதை எடுத்து விளக்கொளியில் படிக்கிறான். ஷோடசி ஹைமவதிக்கு எழுதத் தொடங்கிய கடிதம் அது. அவனுடைய முகத்தின் மென்மை மறைந்து கடுமையாகிறது. ஷோடசி ஒரு தட்டில் உணவுப் பண்டங்களுடன் நுழைகிறாள். ஜீவானந்தனை உட்கார வைக்க ஆசனம் இல்லை. ஆகையால் ஷோடசி தட்டை ஒரு பக்கம் வைத்துவிட்டு, ஒரு கம்பளத்தை மடித்து ஆசனமாக போடுகிறாள்)

ஜீவானந்தன்	:	இதெல்லாம் என்ன?
ஷோடசி	:	ஒங்களுக்கு ஆசனம்... கம்பளிதான் இருக்கு. கொஞ்சம் குத்தத்தான் செய்யும்.
ஜீவானந்தன்	:	ஆனா அனாவசிய ஆர்ப்பாட்டம் அதை விட ரொம்பக் குத்தும். உபகாரம் அளவுக்கு மீறிப் போனா அதிலே இனிமை இருக்காது. இந்த உபகாரத்தை வேறே யாருக்காவது வச்சுக்கோ.

(ஷோடசி திகைத்து நிற்கிறாள்.)

- இந்த லெட்டர்! இதை யாருக்கு எழுதியிருக்கேன்னு புரியல்லே, சண்டிகர்லே அவதாரம் பண்ணி திரௌபதியைக் காப்பாத்தப் போற அந்த ஆபத்பாந்தவன் யாரு?

(இந்தக் கேலிப் பேச்சுக்குப் பதிலளிக்கவில்லை ஷோடசி. ஆனால் அவளது முகத்திலும் கடுமை தோன்றுகிறது)

ஷோடசி : அவர் பேரு ஒங்களுக்கு ஏன் தெரியணும்?

ஜீவானந்தன் : எனக்குத் தெரிஞ்சாத்தானே என்னைக் காப்பாத்திக்க ஏற்பாடு செஞ்சுக்கலாம்!

ஷோடசி : உங்களைக் காப்பாத்திக்கற அவசியம் ஒங்களுக்கு மட்டுமில்லே, சௌதுரி பாபு, எனக்கும் இருக்கு.

ஜீவானந்தன் : வாஸ்தவந்தான்

ஷோடசி : அதனாலே அவர் பேரைச் சொல்ல மாட்டேன். ஒரே நேரத்திலே உங்களை காப்பாத்தி நானும் தப்பிக்க முடியாது.

ஜீவானந்தன் : என்னைக் காப்பாத்திக்கறது எனக்கு அவசியம். அதுக்கான ஏற்பாட்டிலே குறையிருக்காது. நீ பேரைச் சொல்லாட்டியும் அந்த வீர புருஷனோட பேரு எனக்குத் தெரியும்.

ஷோடசி : இதிலே என்னஆச்சரியம்? வீரபுருஷர்கள் ஒருத்தரை யொருத்தர் தெரிஞ்சுக்கிட்டுத் தானே இருப்பாங்க!

ஜீவானந்தன் : வாஸ்தவந்தான்... லெட்டரை ஏன் கிழிச்சே?

ஷோடசி : இந்தக் கேள்விக்குப் பதில் சொல்லமாட்டேன்!

ஜீவானந்தன் : லெட்டரை நேரே நிர்மல் பாபுவுக்கு எழுதாமே அவர் பொண்டாட்டிக்கு ஏன் எழுதினே? இந்தத் தந்திரமும் அவர்தான் சொல்லிக் கொடுத்தாரா?

ஷோடசி : இன்னும் என்ன சொல்லப்போறீங்க?

ஜீவானந்தன் : என் சந்தேகம் தெளிஞ்சது. ஜனார்த்தன் பாபுவுக்கு ஒம்மேலே ஏன் கோபம்னும் புரியுது. நான் கேள்விப்பட்டது சரிதான்.

ஷோடசி : (திடுக்கிட்டு) நிர்மல் பாபுவைப் பத்தி நீங்க என்ன கேள்விப்பட்டீங்க?

ஜீவானந்தன் : எல்லாந்தான்! ஒன்னோட திகைப்பைப் பார்த்து எனக்கு நியாயமா சிரிப்பு வரணும். ஆனா என்னாலே சிரிக்க முடியல்லே.

புயலும் மழையுமாயிருந்த அந்த இருண்ட ராத்திரியிலே நீ அவரோட கையைப் பிடிச்சு வீட்டுக்குக் கூட்டுக்கிட்டு வந்ததுக்கு சாட்சி இருக்கு... இந்த சாட்சிகள் எல்லாம், எங்கே இருப்பாங்கன்னு சொல்ல முடியாது. நான் ரயில்லே என் சிநேகிதனோட பர்ஸை எடுத்துக்கிட்டு ஓடினபோது யாரும் என்னைப் பார்க்கல்லேன்னுதான் நினைச்சேன்...

ஷோடசி : நான் அவரைக் கூட்டிக்கிட்டு வந்தா அது பெரிய குத்தமா?

ஜீவானந்தன் : இல்லே, ஆனா அந்த நிகழ்ச்சியை மறைக்க முயற்சி பண்றது குத்தந்தான். அவர்கூட ஒரு சமயம் ஒன்னை விசாரணை பண்ண வந்தார் இல்லையா? உன்னை விசாரணை பண்றதிலே ஆபத்து இருக்குன்னு புரியுது... சரி நான் இந்தக் காகிதத்தை எடுத்துக்கிட்டுப் போறேன். தேவைப்பட்டா உரிய இடத்திலே சேர்த்துடறேன். இந்தச் சில வரிகளாலே ஆம்பிளையான என்னையே ஏமாத்தமுடியாத போது, நிச்சயம் ஹைமவதியை ஏமாத்த முடியாது.... பார்த்தியா, எனக்கு ரொம்ப விஷயங்கள் தெரிஞ்சிருக்கு.

ஷோடசி : ஆமா.

ஜீவானந்தன் : இதெல்லாம் உண்மைதானே?

ஷோடசி : உண்மைதான்.

ஜீவானந்தன் : (அதிர்ச்சியடைந்து) உண்மைதானா? (விளக்கின் திரியைத் தூண்டிவிட்டு) இப்போ நீ என்ன செய்யப் போறே?

ஷோடசி : என்னை என்ன செய்யச் சொல்றீங்க?

ஜீவானந்தன் : ஒன்னையா? (சிறிது நேரம் அசைவற்று நின்றுவிட்டு, மறுபடி விளக்குத் திரியைத் தூண்டிவிட்டு) இவங்க எல்லோரும் ஒன்னை ஒழுக்கங்கெட்டவள்னு...

ஷோடசி : (இடைமறித்து) நான் இவங்களைப் பத்தி ஒங்ககிட்டே புகார் செய்யல்லியே! நான் என்னசெய்யணும், சொல்லுங்க!

ஜீவனாந்தன் : இவங்க எல்லோரும் பொய் சொல்றாங்க, நீ ஒருத்திதான் நிசம் சொல்றே.... இதுதான் ஒன்னோட வாதமா அளகா?

(ஷோடசியிடமிருந்து பதில் இல்லை.)

- ஒரு பதில் கூடச் சொல்ல இஷ்டமில்லையா?

ஷோடசி : (தலையசைத்து) இல்லே.

ஜீவானந்தன் : அதாவது என்கிட்டே விளக்கம் கொடுக்கறதை விடக் கெட்டபேரே தேவலைன்னு நீ நினைக்கறே... எல்லாம் நல்லாப் புரியுது எனக்கு? (கேலியாக சிரிக்கிறான்.)

ஷோடசி : நல்லாப் புரிஞ்சப்புறம் இப்போ நான் என்ன செய்யணும், சொல்லுங்க!

ஜீவானந்தன் : (இந்த பதிலைக் கேட்டு மிகுந்த கோபத்துடன்) என்ன செய்யணுங்கறது ஒனக்கத் தெரியும். ஆனா கோவிலோட தூய்மையைக் காப்பாத்த வேண்டிய பொறுப்பு எனக்கு இருக்கு. முந்தியெல்லாம் என்ன நடந்ததுங்கறதைப் பத்தி எனக்குக் கவலையில்லே. ஆனா இனிமேல் பைரவி மாதிரி இருக்கணும், இல்லாட்டி வெளியே போகணும்!

ஷோடசி : சரி, அப்படியே ஆகட்டும்! கோவிலை நல்ல முறையிலே இயக்கற பொறுப்பு யாரோட துங்கறதைப் பத்தி ஒங்களோட விவாதிக்க நான் விரும்பல்லே, நான் வெளியேறினாக் கோவிலுக்கு நல்லதுன்னா நான் போயிடறேன்.

ஜீவானந்தன் : நீ போறது நிச்சயம்! ஒன்னை வெளியே அனுப்பத்தான் போறேன்.

ஷோடசி : நீங்க ஏன் அனாவசியமாக கோவப்படறீங்க? நான்தான் போறேன்னு சொல்லிட்டேனே! ஆனா ஒரு விஷயம், கோவிலுக்கு உண்மை யாகவே நன்மை செய்யற பொறுப்பு ஒங்களோடது.

ஜீவானந்தன் : எப்போ போகப்போறே?

ஷோடசி : நீங்க எப்போ போகச் சொல்றீங்களோ, அப்போ. நாளைக்கு, இன்னிக்கு அல்லது இப்பவே...

ஜீவானந்தன் : அப்ப... நிர்மல் பாபு?

ஷோடசி : தயவு செஞ்சு அவர் பேச்சை எடுக்காதீங்க!

ஜீவானந்தன் : என் வாயாலே அவர் பேரை உச்சரிக்கறது கூட ஒனக்குப் பிடிக்கல்லியாக்கும்! சரி... ஒனக்கு என்னகொடுக்கணும்?

ஷோடசி : ஒண்ணுமில்லே.

ஜீவானந்தன் : நீ இந்தக் குடிசையைக் கூடக் காலி பண்ணிடணும், தெரியுமா? இதுவும் கோவில் சொத்துதான்.

ஷோடசி : தெரியும். முடிஞ்சா நாளைக்கே காலி பண்ணிடறேன்.

ஜீவானந்தன் : எங்கே போறதா உத்தேசம்?

ஷோடசி : இந்த இடத்தை விட்டு போகணுங்கறதைத் தவிர வேறே ஒண்ணும் முடிவு செய்யல்லே இன்னும். ஒரு நாள் என்னையறியாமலேயே பைரவியானேன். இதைவிட்டுட்டுப் போற போதும் இதுக்கு மேலே சிந்திக்கப் போறதில்லே. நீங்க இந்தப் பகுதிக்கு ஜமீந்தார். சண்டிகர்ரோட எதிர்காலத்தை ஒங்க கையிலே ஒப்படைச்சுப் போகத் தயக்கமில்லே எனக்கு. ஆனா ஒரு வேண்டு கோள். என் அப்பா திராணியில்லாதவர், எதையும் அவர் பொறுப்பிலே விடாதீங்க... அப்புறம் அந்த ஏழைக் குடிகள் பாவம். ஒரு காலத்திலே அவங்களுக்கு நிலம் நீச்சு எல்லாம் இருந்தது. இப்போ அவங்களைப் போல அநாதைகள் யாருமில்லே. அவங்க குத்தமொண்ணும் செய்யாவிட்டாலும் அவங்க இனிமே குத்தவாளின்னு சொல்லி அடிக்கடி அவங்களை ஜெயில்லே தள்ளிடறாங்க. அவங்க பொறுப்பையும் ஒங்ககிட்டே கொடுத்துட்டுப் போறேன்... சரி, எனக்கு ஸ்நானம் செய்யப் போகணும்.

(கொடியிலிருந்து துணிகள் எடுத்துக் கொள்கிறாள்.)

ஜீவானந்தன் : ஸ்நானமா? இந்த ராத்திரி வேளையிலேயா?

ஷோடசி : ராத்திரி கழிஞ்சுபோச்சு.... நீங்க வீட்டுக்குப் போங்க.

(வெளியே கிளம்புகிறாள்.)

ஜீவானந்தன் : (வேதனையோடு) நான் ஒங்கிட்ட சொல்ல வந்ததை இன்னும் சொல்லல்லியே!

ஷோடசி : அதிருக்கட்டும், நீங்க போங்க.

ஜீவானந்தன் : அளகா, நான் ஏதோ பெரிய பிசகு பண்ணிட்டேன். நான் சொல்ல வேண்டியதைச் சொல்லாமே...

ஷோடசி : அதெல்லாம் இப்பவேண்டாம். நீங்க வீட்டுக்குப் போங்க. நீங்க ஏற்கெனவே எனக்கு நிறையக் கெடுதல் பண்ணிட்டீங்க... நீங்க என் வாழ்க்கையை நாசமாக்க நான் விட மாட்டேன்!

ஜீவானந்தன் : சரி, அளகா, நான் வரேன்.

(போகிறான்.)

❖

காட்சி-2

இடம்-சண்டிகர் கிராயம்.

கோமாளியின் சரக் திருவிழாப் பாட்டு.

"நல்லா மாட்டிக்கிட்டாரையா அப்பாவி பரமசிவன்!
உமாராணி அவர்கிட்ட கோவிச்சுக்கிட்டு
சொல்லிக்காமே ஓடிப்போயிட்டா பொறந்தவீட்டுக்கு
கோவிச்சுக்கிட்ட உமாவை சமாதானம் செய்ய
ஓடிவந்தார் பரமசிவன் மாமியார் வீட்டுக்கு
அப்பாவி மாப்பிளைக்குக் கொள்ளை ஆசை
பட்டுடுத்திய பெண்டாட்டியைக் பார்த்துப் பேசணும்
அவளோட ஆசை வார்த்தை கேட்டு மகிழணும்,
அவளைப் பிரிஞ்சிருந்த வேதனை மறந்து போகணும்
எல்லாந் துறந்த சாமி பரமசிவமே!
உன்னைக் குடும்பஸ்தனா மாத்தப் போறா உன் பெண்சாதி.

உன் சடையைப் பிரிச்சு, தோலுடையை அவிழ்த்து,
செய்யப்போறாளையா உனக்கு
மாப்பிள்ளை யலங்காரம்!"

இன்னொரு பாட்டு

"மகாதேவர் வந்துட்டார் உன்னைக் கூட்டிப் போக...
அவரோடே குடித்தனம் பண்ணமாட்டேன் என்று
நீ சொன்னதாகக் கேள்விப்பட்டேன். தோழி உமாவே!
அஞ்சு நெருப்புக்கு நடுவிலே
அஞ்சு வருஷம் தபஸ் பண்ணின உன் கையிலே
உன் அம்மா ஒப்படைச்சா அந்தப் பைத்தியத்தை
வசியம் பண்ண முடியல்ல உன்னாலே அவரை
அதனாலே வேத்து மனுசர் ஆயிருவாரா உன் கணவர்?
ஒரு நாள் வேசித் தெருவுக்குப் போயிட்டு வந்தாராம்,
அதை உன்கிட்ட மறைச்சிட்டாராம் அந்த மனுசர்...
ஆனா தூக்கியெறியத்தக்க பொருளில்லேம்மா பரமசிவன்;
அவரைக் கூட்டிவந்து குளிப்பாட்டி வீட்டிலே சேர்த்துக்கோ!"

❖

காட்சி-3

இடம்- ஷோடசியின் குடிசை.

(நிர்மல் வருகிறார்)

ஷோடசி : என்ன இது, இந்த நேரத்திலே, நீங்க மறுபடி?

(நிர்மலிடமிருந்து பதில் இல்லை.)

- (சிரித்துக் கொண்டு) புரிஞ்சுது... பொறப்படறதுக்கு முன்னாலே இன்னோரு தடவை பார்க்க வந்தீங்களா?

நிர்மல் : நீங்க எல்லாந் தெரிஞ்சவரா?

ஷோடசி : இல்லேன்னா பைரவியா இருக்க முடியுமா, நிர்மல் பாபு?... வெளியே ஏன் நிக்கறீங்க? உள்ளே வாங்க.

நிர்மல் : இரவு வேளையிலே என்னை வீட்டுக்குள்ளே கூப்பிடறீங்க! ஒங்களுக்கு ரொம்ப தைரியந் தான்.

ஷோடசி : அன்னிக்கு ராத்திரி ஒங்களைக் கையைப் பிடிச்சுக் கூட்டிக் கிட்டு வந்தேனே, அப்பவும் நான் தனியாத்தானே இருந்தேன்! அன்னிக்கு நான் பயப்பட்டேனா? வாங்க உள்ளே.

நிர்மல் : இல்லே, வேண்டாம்.

ஷோடசி : அப்ப இங்கேயே ஒக்காருங்க.

(இருவரும் குடிசைக்கு வெளியில் உட்காருகிறார்கள்.)

- இன்னிக்குப் போறீங்களாக்கும்?

நிர்மல் : இல்லே, என் பயணத்தை ஒத்தி வச்சிருக்கேன். இங்கேயிருந்து வீட்டுக்குப் போனதும் கேள்விப்பட்டேன், இன்னிக்கு சாயங்காலம் கோவில்லே வச்சு ஒங்களை விசாரிக்கப் போறாங்கன்னு. அப்போ இங்கேயே இருக்க முடிவு பண்ணியிருக்கேன்.

ஷோடசி : எதுக்காக? முடிவைத் தெரிஞ்சுக்கணுங்கற வெறும் ஆசையா, அல்லது என்னைக் காப்பாத்தவா?

நிர்மல் : என்னாலான முயற்சி செய்யப் போறேன்.

ஷோடசி : அதனாலே ஒங்களுக்கு நஷ்டம், கஷ்டம் ஏற்பட்டால், மாமனாரோட விரோதம் ஏற்பட்டால்?...

நிர்மல் : அதப் பத்திக் கவலையில்லே எனக்கு,

(ஷோடசி சிரித்து விடுகிறாள்)

- என்ன சிரிக்கிறீங்க? என் மேலே நம்பிக்கை யில்லையா?

ஷோடசி : இருக்கு... ஆனா நான் சிரிச்சது வேறே காரணத்துக்காக... அந்தக் காலத்திலே பைரவிகள் வெளியூராட்களைச் செம்மறியாடா மாத்திடுவாங்களாம். அந்த ஆடுகளை

வச்சுக்கிட்டு அவங்க என்ன பண்ணுவாங்க, நிர்மல் பாபு? அதுகளை மேய்ப்பாங்களா அல்லது அதுகளை சண்டை போடவிட்டு வேடிக்கை பார்ப்பாங்களா? (பெரிதாக சிரிக்கத் தொடங்குகிறாள்)

நிர்மல் : (சிரிப்பில் கலந்து கொண்டு) அப்பப்போ தேவிக்கு பலிகொடுத்துச் சாப்பிடுவாங்களோ என்னவோ?

ஷோடசி : அப்படீன்னா ரொம்பப் பயப்படவேண்டிய விஷயந்தான்.

நிர்மல் : (புன்சிரிப்போடு) ஆமா, பயமும் கொஞ்சம் இருக்கு.

ஷோடசி : இருக்கறது நல்லதுதான். ஹேமாவையும் எச்சரிக்கை பண்ணணும்.

நிர்மல் : அப்படீன்னா?

ஷோடசி : எல்லா வார்த்தைக்கும் அர்த்தம் இருக்கணுமா (சிரித்துக் கொண்டு) ஏதோ சிரிச்சுப் பேசி சம்பந்திக்கு வரவேற்பு கொடுத்துட்டேன். வரவேற்பு கொடுக்க இங்கே சிரிப்புப் பேச்சு தவிர வேறே ஒண்ணும் இல்லே... சரி விஷயத்துக்கு வருவோம்.

நிர்மல் : சொல்லுங்க.

ஷோடசி : (சீரியஸாக) கோவில் சொத்து மேலே ரெண்டு பேருக்குக் கண். ஒருத்தர் ராய் பாபு, இன்னொருத்தர் ஜமீந்தார்...

நிர்மல் : இன்னொருத்தர் ஒங்க அப்பா.

ஷோடசி : அப்பாவா?... ஆமா, அவருந்தான்.

நிர்மல் : என் மாமனார் விஷயம் புரியுது. ஒங்க அப்பா விஷயமும் புரியது. ஆனா ஜமீந்தார்.... அவருக்கு ஒங்க மேலே என்ன விரோதம்?

ஷோடசி : அவர் கோவில் நிலத்தைத் தன் சொந்த நிலம்னு சொல்லி வித்திடப் பார்க்கிறார். நான் இருக்கற வரையிலே அது முடியாதே!

நிர்மல் : என்னாலே இதை சமாளிக்க முடியும்.

ஷோடசி : ஆனா நீங்க சமாளிக்க முடியாத சில சமாசாரங்களும் இருக்கு.

நிர்மல் : அதெல்லாம் என்னென்ன?... ஒண்ணு, ஒங்க கெட்ட பேரு.

ஷோடசி : (அமைதியாக) அதைப் பத்தி எனக்குக் கவலை யில்லே. உண்மையோ பொய்யோ, கெட்ட பேருங்கறது பைரவியோட வாழ்க்கையிலே சகஜந்தான். இதுதான் நான் அவங்களுக்குச் சொல்ல ஆசைப்படறேன்.

நிர்மல் : (வியப்புடன்) அப்படிச் சொன்னா ஒங்க குத்தத்தை ஒத்துக்கிட்டதா ஆயிடுமே!

ஷோடசி : ஆகட்டுமே!

நிர்மல் : எல்லாரும் சொல்றாங்களே- அன்னிக்கு, மாஜிஸ்டிரேட் வந்த போது... ஜமீந்தார் ஒங்க மடியிலே தலை வச்சுக்கிட்டு....

ஷோடசி : அவங்க பார்த்தாங்களா? பார்த்திருந்தா அது நிசந்தான். அன்னிக்கு அவருக்குக் கடுமையான நோய். அவர் என் மடியிலேதான் தலை வச்சுப் படுத்துக்கிட்டிருந்தார்.

நிர்மல் : (திகைத்துப் போய்) அப்புறம்?

ஷோடசி : பொழுது எப்படியோ கழியுது. ஒரு காரியத் திலேயும் மனசைச் செலுத்த முடியல்லே. எல்லாமே பொய்யாத் தோணுது...

நிர்மல் : எது பொய்யாத் தோணுது?

ஷோடசி : இந்த மதம், ஆசாரம், சடங்கு, பூஜை எல்லாமே...

நிர்மல் : அப்படீன்னா ஏன் பைரவியாத் தொடர்ந்திருக்க ஆசைப்படறீங்க?

ஷோடசி : சும்மாத்தான்... இது பிரயோசனமில்லேன்னு நீங்க சொன்னீங்கன்னா...

நிர்மல் : நான் அப்படிச் சொல்லல்லே... நான் வரேன். ஒங்க வேலையைக் கெடுத்துட்டேன்.

ஷோடசி	:	சம்பந்தியை வரவேற்றதும், நண்பரோட பணத்தைக் காப்பாத்தறதும் வேலை இல்லையா, நிர்மல் பாபு?
நிர்மல்	:	பொழுது விடிஞ்சுடுச்சு, நான் வரேன்.
ஷோடசி	:	சரி, எனக்கும் ஸ்நானத்துக்கு நேரமாச்சு.

(இருவரும் போகிறார்கள். சாகரும் பக்கிரி சாயபுவும் வருகிறார்கள்.)

சாகர்	:	இது நடக்காது, நடக்கவே நடக்காது, பக்கிரி சாயபு! அம்மா எல்லாத்தையும் விட்டுட்டுப் போயிடுவாங்களாம்! இது நடக்காது!
பக்கிரி	:	ஏன் நடக்காது, சாகர்?
சாகர்	:	எனக்குத் தெரியாது. அவங்க போகக்கூடாது. அவங்க போயிட்டா ஏளைக்குடிகளான நாங்க எப்படிப் பொளைப்போம்?
பக்கிரி	:	ஷோடசி எவ்வளவு அவமானப்பட்டு இதையெல்லாம் விட்டுடத் துணிஞ்சிருக்காங்கன்னு ஒனக்குத் தெரியுமா?
சாகர்	:	கேள்விப்பட்டேன். ஆனா, எல்லார் மாதிரி எனக்குந்தான் புரியல்லே... அம்மா ஏன் அன்னிக்கு ராத்திரி ஜமீந்தாரை மாஜிஸ்டிரேட்கிட்டேயிருந்து காப்பாத்தினாங்கன்னு (திகைப்புடன் சற்று நேரம் இருந்த பின்) ஆனா, பக்கிரி சாயபு, நான் அம்மாவா ஏத்துக்கிட்டவங்களைப் பத்தி விசாரணை செய்யப் போறதில்லே.
பக்கிரி	:	நீங்க ஒரு சிலபேர் விசாரணை செய்யல்லேன்னா விசாரணை செய்யறதுக்கு சண்டிகர்லே ஆளில்லையா?
சாகர்	:	ஆனா அவங்க மட்டுந்தான் மனுசங்களா? எங்களோட நம்பிக்கையை விட அவங்களோட விசாரணை பெரிசாயிடுமா? அவங்களை எங்களுக்குத் தெரியாதா? அவங்க 'உண்மையான' உரிமைகளின் பேரிலேதான எங்க

சொத்துக்களை யெல்லாம் பறிச்சுக்கிட்டாங்க? 'உண்மையான' சாட்சியத்தின் பேரிலேதானா எங்களை ஜெயில்லே தள்ளினாங்க?

பக்கிரி : அது எனக்குத் தெரியும்.

சாகர் : ஆனா எல்லா விஷயமும் தெரியாது ஒங்களுக்கு. சித்தப்பாவும் நானும் ஜெயில்லேருந்து வந்து அம்மா முன்னாலே போய், "எங்களுக்குப் பொளைக்க வளியில்லேம்மா"ன்னு சொன்னோம். அம்மா கோவிச்சுக்கிட்டு "நீங்க கொள்ளைக் காரங்க, நீங்க சாகறதே மேல்" அப்படீன்னு சொன்னாங்க. எங்களுக்கு ரோசம் வந்துடுச்சு, நாங்க வீடு திரும்பிட்டோம். சித்தப்பா சொன்னாரு, "ஏளைங்களை யாருமே நம்பமாட்டாங்க"ன்னு... மறுநாள் காலையிலே அம்மா எங்களைக் கூப்பிட்டு அனுப்பிச்சாங்க. "நான் ஒங்களைத் திட்டினது பிசகு. என்னை மன்னிச்சுக்கங்க. வேறே யாரும் ஒங்களை நம்பாட்டிப் பரவாயில்லை, நான் ஒங்களை நம்பறேன்!" அப்படீன்னு சொன்னாங்க.' "என்கிட்டே இருக்கற இருபது பீகா நிலத்தை நீங்க வச்சுக்கங்க. ஒங்களுக்கு முடிஞ்ச வரியைக் கோவிலுக்குச் செலுத்துங்க. ஆனா ஒரு போதும் கெட்டவளியிலே போகக் கூடாது"ன்னு சொன்னாங்க.

பக்கிரி : ஆனா எல்லாரும் சொல்றாங்களே ஒங்களைப் பத்தி...

சாகர் : யார் என்ன வேணும்னாலும் சொல்லிக் கட்டும்! நாங்க அம்மாவோட கட்டளையை மீறல்லேங்கறது அவங்களுக்குத் தெரிஞ்சா அது போதும் எங்களுக்கு. ஒங்களுக்குத் தெரியுமா பக்கிரி சாயபு... எங்களுக்காகத் தான் ஏக்கடிக்கும் ராய்பாபுவுக்கும் அவங்க மேலே விரோதம்... அம்மாவோட இரக்கத் தாலே தான் அவங்க ரெண்டு பேரும் இன்னும் உசிரோடே இருக்காங்கன்னு அவங்களுக்குத் தெரியாது.

பக்கிரி	:	அது சரி, நீங்க ஏன் என்னை இங்கே கூட்டிக்கிட்டு வந்தீங்க?
சாகர்	:	நீங்க முஸ்லிமாயிருந்தாலும் அம்மா ஒங்களைக் குருவை விட அதிகமா மதிக்கறாங்க. நீங்க தடுக்கல்லேன்னா யாரும் அவங்களை இங்கே நிறுத்தி வைக்க முடியாது.
பக்கிரி	:	நான் எதுக்கு அவங்களை அனாவசியமாத் தடுக்கணும்?
சாகர்	:	சனங்களோட நன்மைக்காக.
பக்கிரி	:	ஆனா ஷோடசி வீட்டிலே இல்லையே! எனக்கு நேரமாச்சு. என்னாலே காத்திருக்க முடியாது, நான் போறேன்.
சாகர்	:	நீங்க இருக்கமாட்டீங்களா? அவங்களைத் தடுக்க மாட்டீங்களா? ஆனா இதோட விளைவு நல்லதாயிருக்காது!
பக்கிரி	:	அப்படியெல்லாம் சொல்லாதே சாகர்!
சாகர்	:	அப்படியெல்லாம் சொல்லாதேன்னுதான் அம்மாவும் சொல்றாங்க. சரி, இனிமே வாயாலே சொல்லல்லே. என் மனசிலேயே இருக்கட்டும் அது! (பக்கிரி போகிறார்.) - நீங்க சன்னியாசி. அதனாலே கொள்ளைக்காரனோட மனசு எப்படித் தவிக்கும்னு ஒங்களுக்குத் தெரியாது. எங்களோடது எல்லாம் போயிடுச்சு. இப்போ அம்மாவும் எங்களை விட்டுட்டுப் போனா நாங்க ஒண்ணையும் விட்டு வைக்க மாட்டோம்! (போகிறான். நிர்மலும் ஷோடசியும் வருகிறார்கள்.)
ஷோடசி	:	நான் வேணும்னா ஒங்களை இங்கே கூட்டிக்கிட்டு வந்தேன்? சீ,சீ! சாமி கோவில்லே சில கோழைகள் கூடிக்கிட்டு விசாரணை பண்ற சாக்கிலே ரெண்டு நாதியத்த பெண் பிள்ளைகளைப் பத்தி அவதூறு பேசிக்கிட்டிருக்காங்க. அந்த ரெண்டு பேரிலே

ஒருத்தி செத்துப் போயிட்டா, இன்னொருத்தி அந்த இடத்திலே இல்லே. அதைப் போய் நீங்க கேட்டுக்கிட்டு இருக்கீங்களே சீ!

(ஷோடசி நிர்மலை ஓர் இருக்கையில் உட்கார்த்தி வைத்து விட்டுத் தானும் சற்று தூரத்தில் அமர்ந்துகொள்கிறாள்.)

- நீங்க என் வழக்கோட எல்லாப் பொறுப் பையும் ஏத்துக்கிட்டிருக்கீங்களாமே, அது உண்மையா?

நிர்மல் : உண்மைதான்.

ஷோடசி : ஏன் நீங்க பொறுப்பு ஏத்துக்கணும்?

நிர்மல் : ஒங்களுக்குக் கொடுமை செய்யறாங்களேன்னு தான்...

ஷோடசி : வேறே காரணம் ஒண்ணுமில்லேயே? (சிறிது சிரித்துக் கொண்டு) போகுது. எல்லாக் கேள்விக்கும் பதில் சொல்லித்தான் ஆகணும்னு கட்டாய மில்லே. வழக்கோட பொறுப்பை ஏத்துக் கிட்டீங்க, சரி. வழக்கு தோத்துப் போனா என்னோட பொறுப்பை ஏத்துக் குறீங்களா? அப்போ பின்வாங்க மாட்டீங்களே?

நிர்மல் : ஒரு போதும் மாட்டேன்.

ஷோடசி : ஆகா, என்ன பரோபகார மனசு! (சிரித்துக் கொண்டு) ஆனா நான் ஹைமவதியாயிருந்தா இந்தப் பரோபகாரத்துக்கு ஒரு முடிவு கட்டியிருப்பேன். நான் அவ்வளவு அசடு இல்லே. என்கிட்டே ஏமாத்து வேலை நடக்காது, ரொம்ப எச்சரிக்கையா இருப்பேன்.

நிர்மல் : (வியப்பு, பயம், மகிழ்ச்சி ஒன்றுசேர) எச்சரிக்கையா இருந்தாப்பலே ஆச்சா? பிணைப்புங்கறது தொடங்கற இடம் கண்ணுக்குத் தெரியாதுன்னு தெரியாதா ஒனக்கு, ஷோடசி?

ஷோடசி : தெரியும், தெரியும் (சிரிக்கிறாள், வெளியே காலடியோசை கேட்டு எட்டிப் பார்த்துவிட்டு) இதோ அவர் வரார்.

நிர்மல் : யாரு? பக்கிரிசாயபுவா?

ஷோடசி : இல்லே, ஜமீந்தார் பாபு... கூட்டம் முடிஞ்சதும் ஒரு தடவை இங்கே வந்துட்டுப் போகச் சொல்லியிருந்தேன்... அது தான் வந்திருக்கார்.

நிர்மல் : (எரிச்சலும் கூச்சமுமாய்) இதை நீங்க என்கிட்டே சொல்லல்லியே!

ஷோடசி : ஒரு சமயம் 'நீ,' ஒரு சமயம் 'நீங்க'- சரிதான்! (சிரித்துக் கொண்டு) பயப்படாதீங்க. அவர் ரொம்ப கண்ணியமானவர், ஒங்களோடே சண்டை போடமாட்டார். தவிர, ஒங்களுக் குள்ளே அறிமுகம் இல்லே. அதுவும் நல்லதுக்குத்தான். (கதவருகில் வந்து) வாங்க, வாங்க!

ஜீவானந்தன் : (நுழைந்து நிர்மல் பாபுவைப் பார்த்துத் திடுக்கிட்டு) இவர்?... நிர்மல் பாபுவா?

ஷோடசி : ஆமா. இவர் ஒங்க நண்பர்தான்னு சொன்னாப் பிசகில்லையே?

ஜீவானந்தன் : (சிரித்துக் கொண்டு) அதிலே என்ன பிசகு? இவங்களோட தயவுலேதானே சமாளிச்சுக் கிட்டிருக்கேன்! இல்லாட்டி நான் ஜமீந்தார் ஆறதுக்கு முன்னாலே செஞ்ச லீலைகளுக்காக என்னை இந்த சாந்திகுஞ்சத்துக்குப் பதிலா அந்தமானுக்குன்னா அனுப்பியிருப்பாங்க!

ஷோடசி : வக்கீல்கள் பெரிய மனுஷங்கங்கறதுக்காக அவங் களுக்கு மட்டுந்தான் நன்றி சொல்லணுமா? அந்தமானோட பெருமையில்லாட்டியும் நம்ம ஊர் ஜெயில் ஒண்ணும் இளப்பமில்லே. அதிலேருந்து தப்ப வெச்சதுக்கு நம்ம ஊர் பைரவிகளுக்கும் கொஞ்சம் நன்றி சொல்லக் கூடாதா, சௌதுரி பாபு?

ஜீவானந்தன் : (துணுக்குற்று) உரிய நேரத்திலே எல்லாருக்கும் நன்றி கிடைக்கும்.

ஷோடசி : (சிரித்துக் கொண்டு) கொஞ்ச நேரத்துக்கு முன்னாலே கூட்டத்திலே கொடுத்தீங்களே, அது மாதிரியா?

(ஜீவானந்தன் திகைத்துப் போய் நிற்கிறான்.)

- நிர்மல் பாபு மட்டும் இங்கே இல்லேன்னா ஒங்கவோட பெரிசாச் சண்டை போட்டிருப் பேன், சீ, எந்த ஆண் பிள்ளைக்காவது இது அடுக்குமா? இதுக்குத் தேவை என்ன சொல்லுங்க! அன்னிக்கு இதே இடத்திலே ஒங்ககிட்டே சொன்னேனே, நீங்க என்ன உத்தரவு போட்டாலும் அதன்படி நடக்க றேன்னு. நீங்களும் ஒங்க உத்தரவையுந் தெளிவாகத்தான் வெளியிட்டீங்க. இந்தாங்க கோவில் பெட்டிச்சாவி, கணக்கு நோட்டு! (தன் புடைவைத் தலைப்பில் முடிந்து வைத்திருந்த சாவியையும், ஷெல்பில் வைத்திருந்த தடிமனான நோட்டையும் எடுத்து ஜீவானந்தனின் காலடியில் வைக்கிறாள்.)

- தேவியோட நகைகள், பணம், தஸ்தா வேஜுகள் எல்லாம் அந்தப் பெட்டிக்குள்ளே இருக்கு. இந்த நோட்டிலே ஒரு காகிதம் வச்சிருக்கேன். என் பைரவி பதவியை ராஜிநாமா பண்ணிக் கையெழுத்துப் போட்டி ருக்கேன், அந்தக் காகிதத்திலே.

ஜீவானந்தன் : (நம்பிக்கையின்றி) *ராஜிநாமாவா? ராஜிநாமா பண்ணிப் பொறுப்பை யார்கிட்டே ஒப்படைக் கறே?*

ஷோடசி : *யார்கிட்டேன்னு அந்தக் காகிதத்திலேயே எழுதியிருக்கேன்.*

ஜீவானந்தன் : *அப்படீன்னா, பொறுப்பை யார்கிட்டே ஒப்படைக்கிறியோ அவர்கிட்டே சாவியையும் கொடுக்க வேண்டியது தானே!*

ஷோடசி : *ஆமா, அவர்கிட்டேதான் கொடுத்திருக்கேன்.*

ஜீவானந்தன் : (தயக்கத்தோடும் வருத்தத்தோடும்) *ஆனா என்னாலே இந்தப் பொறுப்பை ஏத்துக்க முடியாது, ஷோடசி! கணக்கு நோட்டிலே உள்ள விவரப்படி எல்லாப் பொருள்களும் பெட்டியிலே இருக்குன்னு நான் எப்படி நம்புவேன்? நீ நாலஞ்சு பேரைக் கூப்பிட்டு*

		அவங்களை எல்லாத்தையும் சரிபார்க்கச் சொல்லி, அவங்ககிட்டே பொறுப்பைக் கொடுத்துடு.
ஷோடசி	:	(தலையசைத்து) அது எனக்குத் தேவையில்லே. சௌதுரி பாபு, நீங்க சொல்ற சாக்கு என் கிட்டே செல்லாது. அன்னிக்கு என் கையாலே விஷத்தைக் கண்ணை மூடிக்கிட்டுக் குடிச்சீங்க, இப்போ. என்கிட்டேருந்து சாவியை வாங்க ஒங்களுக்கு துணிவில்லேன்னு என்னாலே நம்ப முடியாது. இந்தாங்க, எடுத்துக்கங்க.
		(சாவியையும் நோட்டையும் ஜீவானந்தனின் கையில் பலவந்தமாகத் திணித்து விட்டு)
		- அப்பா, இப்பத்தான் நிம்மதி எனக்கு, (மென்மையான குரலில்) ஒங்ககிட்டே இன்னொரு பொறுப்பையும் கொடுத்துட்டு போறேன். அதாவது என் ஏழைக் குடிகளோட எதிர் காலத்தை. நான் எவ்வளவோ ஆசைப்பட்டும் என்னோலே அவங்களுக்கு நல்லது பண்ண முடியல்லே, ஆனா ஒங்களாலே அது முடியும்! (நிர்மலைப் பார்த்து) எங்க பேச்சைக் கேட்டு ஒங்களுக்கு ஆச்சரியமா இருக்கு, இல்லையா நிர்மல் பாபு?
நிர்மல்	:	(தலையசைத்து) வெறும் ஆச்சரியம் இல்லே, உணர்ச்சி வசப்பட்டுப் போயிட்டேன்... நீங்க பைரவி பதவியைத் துறந்து பத்திரம் எழுதி வச்சுட்டீங்கறதை என்கிட்டே ஜாடை மாடையாக கூடச் சொல்லல்லியே!
ஷோடசி	:	நான், இன்னும் எவ்வளவோ விஷயங்களை ஒங்களுக்குச் சொல்லல்லே. நாளாவட்டத்திலே எல்லாம் தெரிஞ்சுக்குவீங்க. ஒலகத்திலே ஒருத்தர்கிட்டேதான் எல்லாத்தையும் சொல்லி யிருக்கேன். அவர்தான் பக்கிரி சாயபு.
நிர்மல்	:	அவரோட புத்திமதிப்படி தானா நீங்க...?

ஷோடசி : இல்லே, நான் பதவியை விடற விஷயம் அவருக்குத் தெரியாது. இந்தத் துறவுப் பத்திரத்தைக் கொஞ்ச நேரத்துக்கு முன்னாலே தான் எழுதினேன். இந்த விஷயத்தில் எனக்குத் தூண்டுதலாயிருந்தவரோட பெயரை வெளியிட மாட்டேன்.

ஜீவானந்தன் : நீ என்னைக் கூப்பிட்டு ஒரு கேலிக்கூத்து நடத்தறேன்னு தோணுது. எனக்கு இதை நம்பறது மார்பியா சாப்பிடறதை விடக் கஷ்டமாயிருக்கு.

நிர்மல் : (ஜீவானந்தன் பக்கம் திரும்பி, சிரித்தவாறு) நீங்களாவது நல்லபடி நடந்து வந்து இந்தக் கேலிக் கூத்தைப் பார்க்கறீங்க. நான் வேலை வெட்டி, வீடு வாசலை விட்டுட்டு வந்து இதைப் பார்த்துக்கிட்டிருக்கேன். இந்த நிகழ்ச்சி உண்மையாயிருந்தா ஒங்களுக்கு ஏதோ கிடைச்சிருக்கு. ஆனா எனக்கு எல்லாம் நஷ்டம்! (ஷோடசியிடம்) இதெல்லாம் வேடிக்கை யில்லையே?

ஷோடசி : இல்லை நிர்மல் பாபு. ஊர்பூராவும் என்னைப் பத்தியும் என் அம்மாவைப் பத்தியும் அவதூறு பரவியிருக்கு. இது வேடிக்கை, விளையாட்டு செய்யற நேரமா? நான் உண்மையிலேயே ஓய்வு எடுத்துக்கிட்டேன்.

நிர்மல் : ரொம்ப வேதனையோடேதான் இந்தக் காரியத்தை செஞ்சிருப்பீங்கன்னு எனக்குப் புரியுது. நான் ஒரு வேளை இந்த இக் கட்டிலேருந்து ஒங்களைக் காப்பாத்தியிருக் கலாம். ஆனா நீங்க ஏன் என்னை முயற்சி பண்ணவிடல்லேங்கறதும் புரியுது எனக்கு. என்னாலே ஒங்க கோவில் சொத்தைக் காப்பாத்தியிருக்க முடியும். ஆனா ஒங்க மேலே அவதூறு இன்னும் ஜாஸ்தியா யிருக்கும். அதைப் போக்க என்னாலே முடிஞ்சிருக்காது (ஜீவானந்தனைக் கடைக் கண்ணால் பார்க்கிறார்)... சரி, இனி மேல் என்ன செய்யப் போறீங்க? எங்கே இருக்கப் போறீங்க?

ஷோடசி : அதையெல்லாம் ஒங்களுக்கு லெட்டரிலே எழுதறேன்.

நிர்மல் : (கைக்கடிகாரத்தைப் பார்த்துவிட்டு) சரி, நான் வரேன். மணி பத்தாகப் போகுது. இனிமே ஒங்களுக்கு என் தேவையிருக்காதே?

ஷோடசி : அப்படிச் சொல்லும்படி அவ்வளவு கர்வக் காரியில்லே நான்.... ஆனா கோவில் விஷயமா இனிமே ஒங்களுக்குத் தொந்தரவு கொடுக்க வேண்டியிருக்காதுன்னு நினைக்கறேன்.

நிர்மல் : எங்களை மறந்துட மாட்டீங்களே?

ஷோடசி : (தலையை ஆட்டி) மாட்டேன்.

நிர்மல் : ஹேமா ஒங்களை ரொம்ப நேசிக்கறா. நேரங்கிடைக்கற போது லெட்டர் எழுதுங்க. (போகிறார்.)

ஜீவானந்தன் : இந்த மனுஷரை என்னாலே புரிஞ்சுக்க முடியல்லே.

ஷோடசி : புரிஞ்சுக்க முடியாட்டி ஒங்களுக்கு ஒரு நஷ்டமும் இல்லே.

ஜீவானந்தன் : எனக்கு நஷ்டமில்லாமே இருக்கலாம். ஆனா ஒனக்கு நஷ்டம் ஏற்படலாமே!... ஆகா, அவரை ஞாபகம் வச்சுக்கச் சொல்லி என்னமா வேண்டிக்கிட்டார் ஒன்னை!

ஷோடசி : அதைக் கேட்டேன். ஆனா அவரை நான் தெரிஞ்சுக்கிட்டதிலே பாதியாவது அவர் என்னைப் புரிஞ்சுக்கிட்டிருந்தா இந்த மாதிரி வேண்டிக்கிட்டிருக்க மாட்டார்.

ஜீவானந்தன் : அப்படீன்னா?

ஷோடசி : நான் இந்த பைரவி பதவியை ஒரு கிழிஞ்ச துணியை எறியற மாதிரி ஒதறித் தள்ளின துக்குக் காரணம் இந்தத் தம்பதிதான். ஹேமாவை பார்த்த பிறகுதான் என்னோட வாழ்க்கை எவ்வளவு அர்த்தமில்லாததுன்னு புரிஞ்சுக்கிட்டேன். ஆனா அவங்களோட

வாழ்க்கைதான் என்னை இப்படிப் பாதிச்சிருக்குன்னு அவங்களுக்கு தெரியாது.

ஜீவானந்தன் : இருந்தாலும் ஒன்னோட இந்தக் காரியம் அசட்டுத் தனம்னுதான் எனக்குத் தோணுது. அளகா, நேரடியாக ஒன்னைக் கேக்க வெக்கமாயிருக்கு. நான் கேட்டேன்னா நீ உண்மையா பதில் சொல்லுவியா?

ஷோடசி : (சிரித்துக் கொண்டு) நீங்க கேக்காமலேயே எனக்குப் புரியுது. எல்லாரும் என்மேலே அவதூறு சுமத்தியிருக்காங்கறதுக்காக அந்த அவதூறை உண்மையாக்க வேண்டிய அவசியமில்லே, நான் ஒரு போதும் பொறத்தியார்கிட்டே அடைக்கலம் அடைய மாட்டேன்!... எனக்கு ஒரு கணவர் இருக்கார்ங்கறதை ஒருபோதும் மறக்க மாட்டேன். இதைத்தானே நீங்க என்னைக் கேக்க முடியாமே தவிச்சீங்க, சௌதுரி பாபு?

ஜீவானந்தன் : நீ ஏன் என்னை சௌதுரி பாபுன்னு கூப்பிடறே?

ஷோடசி : பின்னே எப்படிக் கூப்பிடணும்? 'நாதா'ன்னா?

ஜீவானந்தன் : இல்லே, எல்லாரும் கூப்பிடற மாதிரி ஜீவானந்த பாபுன்னு கூப்பிடலாமே.

ஷோடசி : சரி, இனிமே அப்படியே கூப்பிடறேன்... ராத்திரி ரொம்ப நேரமாச்சு. நீங்க வீட்டுக்குப் போகல்லியா? ஒங்க ஆளுங்க எங்கே?

ஜீவானந்தன் : நான் அவங்களை அனுப்பிச்சிட்டேன்.

ஷோடசி : தனியா நடமாடப் பயமாயில்லையா?

ஜீவானந்தன் : என்கிட்ட பிஸ்டல் இருக்கு.

ஷோடசி : அப்படின்னா அதை எடுத்துக்கிட்டு வீட்டுக்குப் போய்ச் சேருங்க. எனக்கு நிறைய வேலை இருக்கு.

ஜீவானந்தன் : எனக்கு ஒரு வேலையும் இல்லே. நான் இப்போ போகப் போறதில்லே.

ஷோடசி : (கடுமையாக, ஆனால் அமைதியான குரலில்) நான் ஒரு ஆளைக் கூப்பிட்டு ஒங்க வீட்லே ஒங்களைக் கொண்டு போய் விடச் சொல்றேன்.

ஜீவானந்தன் : (பலவீனமாக) யாரும் எனக்காகக் கவலைப்பட வேண்டாம், நானே போயிடறேன். எனக்குப் போகப் பிடிக்கல்லே, அதனால்தான் அப்படிச் சொன்னேன். அளகா, நீ உண்மையாவே சண்டிகரை விட்டுப் போகப் போறியா?

ஷோடசி : ஆமா,

ஜீவானந்தன் : எப்போ?

ஷோடசி : தெரியல்லே... நாளைக்கே போனாலும் போவேன்.

ஜீவானந்தன் : நாளைக்கா? நாளைக்கே போயிடுவியா? (திகைத்துப் போய்) ஆச்சரியந்தான்! மனுஷனுக்குத் தன் மனசையே புரிஞ்சுக்க முடியறதில்லே! ஒன்னை விரட்டறதுக்கு நான் முயற்சி பண்ணிக்கிட்டிருக்கேன், ஆனா நீ போகப் போறேன்னு கேட்டதும் ஒலகமே வெறிச்சினு போயிடுச்சு எனக்கு! ஒன்னை விரட்டிட்டா இந்த நிலம் என் கைக்கு வரும், அதை வித்து என் கடனை அடைச்சுடுவேன். எனக்குக் காசும் கொஞ்சம் கிடைக்கும். இப்படியெல்லாந்தான் நினைச்சுக்கிட்டிருக்கேன், இவ்வளவு நாளா. ஆனா இந்த விவகாரத்திலே வேறொரு பக்கமும் இருக்கு. நீ தானாகவே எல்லாப் பொறுப்பையும் ஒதறிட்டு அதை என் தலையிலே வச்சுடுவேன்னு நான் சொப்பனத்திலேயும் நினைக்கல்லே. அதுசரி அளகா, நான் என்னைப் புரிஞ்சுக்கறதிலே பிசகு பண்ணின மாதிரி நீயும் ஒன்னைப் புரிஞ்சுக்கறதிலே பிசகு பண்ணியிருக்கலாமே! இதுக்குப் பதில் சொல்லு!

ஷோடசி : இதுக்குப் பதில் தெரியல்லே... ஒங்க பேச்சைக் கேட்டு ஆச்சரியமாயிருக்கு.

ஜீவானந்தன் : நீ போற இடத்திலே, சாப்பாட்டுக்கு என்ன செய்வே?

ஷோடசி : இது ஒங்களுக்குத் தெரியவேண்டிய அவசிய மென்ன?

ஜீவானந்தன் : வாஸ்தவந்தான், அளகா! இன்னிக்கு எனக்கு எது அவசியம், எது அவசியமில்லேங்கறதை நான் எப்படி ஒனக்குப் புரிய வைப்பேன்?

(வெளியே காலடிச் சத்தம்... பூசாரி உள்ளே வருகிறான்.)

பூசாரி : அம்மா, நான் எல்லாருக்கும் முன்னாலே கோவில் சாவியைத் தாராதாஸ் பாபுகிட்டே கொடுத்துவிட்டேன். அங்கே ராய்பாபு, சிரோமணிபாபு எல்லாரும் இருந்தாங்க.

ஷோடசி : சரி, கொஞ்சம் இரு. நான் சாகரைப் பார்க்கப் போகணும்.

ஜீவானந்தன் : அப்போ இதுகளையும் ராய்பாபுகிட்டே கொடுத்துடேன்.

ஷோடசி : ஊஹும், பெட்டிச்சாவியை வேறே யார் கிட்டேயும் கொடுக்க இஷ்டமில்லே எனக்கு.

ஜீவானந்தன் : அப்படீன்னா நீ என்னை மட்டுந்தான் நம்பறியா?

(ஷோடசி பதில் சொல்லாமல் ஜீவானந்தனின் காலடியில் விழுந்து பணிகிறாள். இதைப் பார்த்துத் திகைத்த பூசாரியிடம்)

ஷோடசி : வா, போகலாம்.

பூசாரி : வாங்கம்மா.

(அவர்கள் வெளியேற ஜீவானந்தன் அங்கே தனியாக, திகைப்பு மேலிட நிற்கிறான்.)

❖❖❖

அங்கம் - 3

காட்சி -1

இடம்- கோவில் அரங்கம்.

        பிற்பகல் நேரம். ஜனார்த்தன்ராய், சிரோமணி, இன்னும் சிலர் உட்கார்ந்திருக்கிறார்கள்.

சிரோமணி : (ஆசியளிக்கும் பாவனையில் கையையுயர்த்தி ஜனார்த்தனிடம்)

        நீ நல்ல கெட்டிக்காரன், தீர்காயுசா இருப்பா!

ஜனார்த்தன் : (அவரது காலடியில் வணங்கி) இந்த விஷயமா மருமகனைக் கடிந்து பேச நேர்ந்துட்டது. எனக்கு மனசு சரியில்லே, சிரோமணி பெரியவரே!

சிரோமணி : இது இயற்கைதானே! ஆனா இதுவும் ஒரு நல்லதுக்குத்தான். மாமனாரையும் பெரியவங்களையும் எதுத்துக்கக் கூடாதுன்னு புத்தி வந்திருக்கும் மருமக பிள்ளைக்கு இப்போ. இப்படித்தான் நடக்கணும்னு இருக்கு. எல்லாம் சண்டி மாதாவோட கிருபைதான்!

ஒருவர் : எல்லாம் தேவியோட கிருபைதான். இல்லாட்டி பைரவி தானாப் போக சம்மதிப்பாளா?

சிரோமணி : சந்தேகமென்ன?... கோவில் சாவியைத் தந்திரமாப் பூசாரிகிட்டேயிருந்து வாங்கிக் கிட்டோம், ஆனா அசல் சாவி ஜமீந்தார் கிட்டே போயிடுச்சாமே! அந்த ஆளு பெரிய

குடிகாரன். கோவில் பொட்டியில் இருக்கற நகைகளும் பணமும் கடைசியிலே கள்ளுக் கடைக்காரன் பொட்டிக்குப் போய்ச் சேராமே இருக்கணும்! அதைவிட வேறே அனர்த்தம் இல்லே!

ஜனார்த்தன் : இதை நாம முன்னே யோசிச்சுப் பார்க்கல்லே.

சிரோமணி : சாவியை அவன் கொடுத்துட்டாத்தேவலை. இல்லாட்டி, பத்து நாள் கழிச்சு, 'கோவில் பொட்டியிலே ஒண்ணுமே இல்லே' ன்னு சொல்லிடுவான்!.... ஆனா நமக்கு நல்லாத் தெரியும், ஷோடசி என்ன கெட்ட காரியம் பண்ணினாலும் கோவில் பணத்தைத் தொடமாட்டா!

(எல்லோரும் அவருடையபேச்சை ஆமோதிக்கிறார்கள்)

சிரோமணி : சாவியை சீக்கிரம் கைப்பத்திக்கணும்.

பலர் : ஆமா, ஆமா!

ஒருவர் : நாம ஒண்ணு சேர்ந்து இப்பவே ஜமீந்தார் கிட்டே போவோம். "சாவியைக் கொடுங்க. பொட்டியைத் திறந்து அதிலே இருக்கற பொருள்களைச் சரி பார்க்கிறோம்"னு சொல்லுவோம்.

இன்னொருவர் : ஆமா, இது சரியான யோசனை!

ஒருவர் : இப்போ பிற்பகல். ஜமீந்தார் பாபு இப்பத் தான் தூக்கத்திலேருந்து எழுந்து ஒயின் குடிச்சுக்கிட்டு நல்ல மூடிலே இருப்பார். இது நல்ல நேரம்!

பலர் : ஆமா ஆமா!

சிரோமணி : (பயத்தோடு) ஆனா நெறயக் குடிச்சிருந்தா அந்த ஆளை நெருங்கறது ஆபத்து... நீ என்ன சொல்றே ஜனார்த்தன்?

(கூட்டத்தில் பரபரப்பு. "அடே, பாபுவே வாரா்ரே" என்று ஒருவன் சொல்கிறான். ஜீவானந்தனும் பிரபுல்லனும் வருகிறார்கள். கூட்டத்தினர் அவர்களை வரவேற்க

எழுந்து நிற்கிறார்கள். ஜீவானந்தன் அரங்கத்தின் படியில் உட்காரப் போக, "ஆசனம் கொண்டா, ஆசனம் கொண்டா?" என்று குரல்கள் எழுகின்றன.)

ஜீவானந்தன் : (உட்கார்ந்து கொண்டு) ஆசனத்துக்கு அவசிய மில்லே. இது தேவி கோவில். இங்கே எல்லா இடமும் ஆசனந்தான்.

ஜனார்த்தன் : சரியாச் சொன்னீங்க!

(பிரபுல்லன் படியில் ஓர் ஓரத்தில் உட்கார்ந்து கொண்டு தான் கொண்டு வந்திருந்த செய்திப் பத்திரிகையைப் படிக்கத் தொடங்குகிறான்.)

சிரோமணி : கும்பிடப்போன தெய்வம் குறுக்கே வந்திருக்கு. மேகம் வேணும்னு கேட்டா மழையே பெய்யுது... நாங்களே ஒங்களைப் பார்க்க வரதாயிருந்தோம். ஒங்க தூக்கத்துக்கு இடைஞ்சலாயிருக்குமோன்னுதான்...

ஜீவானந்தன் : வரல்லியாக்கும்! ஆனா இந்த ஐயா பகல் நேரத்திலே தூங்கறதில்லையே!

சிரோமணி : ஆனா நாங்க கேள்விப்பட்டது...

ஜீவானந்தன் : நீங்க பல பொய்களைக்கேள்விப்படறீங்க, பல பொய்களைச் சொல்றீங்க. உதாரணமா என்னையும் பைரவியையும் சம்பந்தப்படுத்தி...

(சிரிக்கிறான். மற்றவர்கள் அதிர்ந்து நிலைகுலைந்து போகிறார்கள்.)

ஜனார்த்தன் : இந்தக் கோவில் விஷயம் இவ்வளவு சுலப மாகத் தீர்ந்துரும்னு நாங்க எதிர்பார்க் கல்லே. அதுவும் இந்த நிர்மல் நமக்கெதிராக் கிளம்பினதைப் பார்த்து...

ஜீவானந்தன் : அவர் எப்படி வழிக்கு வந்தார்?

சிரோமணி : தேவியோட இச்சைதான் அவரை வழிக்குக் கொண்டு வந்தது. பாவச்சுமையை இனி மேலும் பொறுக்க முடியல்லே தேவியாலே... சரி பீடை ஒரு வழியா ஒழிஞ்சது. இப்போ ஜனார்த்தன், பாபுகிட்டே எல்லாம் விளக்கிச் சொல்லேன்!

ஜனார்த்தன் : (தயக்கத்துடன்) நாங்க கோவில்சாவியைத் தாராதாஸ் கிட்டே கொடுக்க வச்சுட்டோம். இன்னிக்குக் காலையிலே அவர் கோயிலைத் தொறந்தார். ஆனா அந்தச் சாவிகளிலே பொட்டிச் சாவி இல்லையாம். ஷோடசி அத ஒங்ககிட்டே கொடுத்திருக்கறதாக் கேள்விப் பட்டோம்.

ஜீவானந்தன் : ஆமா, கூடவே ஒரு கணக்கு நோட்டும் கொடுத்திருக்கா.

சிரோமணி : குட்டி இன்னும் இருக்கா இங்கே.... எப்போ போயிடுவாள்னு சொல்ல முடியாது.

ஜீவானந்தன் : (சிரோமணியை உற்றுப் பார்த்து) அவளைப் பற்றி ஒங்களுக்கு என்ன கவலை?

ஜனார்த்தன் : கோவில் சொத்துக்கள்- நகை, நட்டு, பணம், தஸ்தா வேஜுகள் என்னென்ன இருக்குங்கறது ஊர்ப் பெரியவங்களுக்குத் தெரியும். ஷோடசி இங்கே இருக்கறபோதே பொட்டியைத் திறந்து அதையெல்லாம் சரிபார்த்துடலாம்னு சிரோமணி சொல்றார்...பொருள்கள் சரியா இல்லேன்னா...

ஜீவானந்தன் : சரியா இல்லேன்னா அதையெல்லாம் ஷோடசிக்கிட்டேருந்து எப்படி வசூலிக்கப் போறீங்க?

ஜனார்த்தன் : (உடனே பதில் சொல்லமுடியாமல் தயங்கிவிட்டுப் பிறகு) எது எது இல்லேன்னு தெரிஞ்சுக்கலாம் இல்லையா?

ஜீவானந்தன் : தெரிஞ்சுக்கலாந்தான். சும்மா தெரிஞ்சுக் கிட்டு என்ன லாபம்?

சிரோமணி : (பக்கத்திலிருந்தவரிடம், தணிந்த குரலில்) பெரிய ஆளுதான்!

ஜனார்த்தன் : என்னிக்காவது ஒரு நாள் தெரிஞ்சுக்கத் தானே வேணும்!

ஜீவானந்தன் : அது சரிதான். ஆனா இன்னிக்கு எனக்கு நேரமில்லே.

சிரோமணி : (ஆர்வத்தோடு) எங்களுக்கு நேரம் இருக்குங்க... நீங்க ஜனார்த்தன்கிட்டே சாவியைக் கொடுத்தீங்கன்னா நாங்க சாயங்காலம் எல்லாத்தையும் சரி பார்த்துடுவோம். ஒங்களுக்குப் பொறுப்பு தீர்ந்துடும். ஷோடசி ஊரை விட்டு ஓடிப் போறதுக்கு முன்னாலேயே எல்லாம் தெரிஞ்சுடும்...நீங்க எல்லாரும் என்ன சொல்றீங்க (எல்லோரும் சிரோமணியின் பேச்சை ஆதரிக்கிறார்கள்.)

ஜீவானந்தன் : (புன்சிரிப்புடன்) ஏன் அவசரப்படறீங்க, சிரோமணிப் பெரியவரே? ஏதாவது பொருள் இல்லேன்னா அதை அந்தப் பிச்சைக்காரி கிட்டேயிருந்து வசூல் செய்யமுடியாது. இன்னிக்கு வேண்டாம். எனக்கு நேரம் கிடைக்கறபோது ஒங்களுக்குச் சொல்லி யனுப்பறேன்.

(எல்லோரும் உள்ளூர, ஆத்திரமடைகிறார்கள்)

ஜனார்த்தன் : (எழுந்து நின்று) ஆனா, பொறுப்புன்னு ஒண்ணு...

ஜீவானந்தன் : உண்மைதான். பொறுப்பு என்னோடதுதான்.

(எல்லோரும் எழுகிறார்கள். போய்க்கொண்டே ஜீவானந்தனின் காதில் விழாதவாறு பேசிக்கொள் கிறார்கள்.)

சிரோமணி : பார்த்தியா தம்பி! இந்த ஆளோட பேச்சைப் புரிஞ்சுக்கவே முடியல்லே. குடியிலே மூழ்கிக் கிடக்கான். ரொம்ப நாள் பொழச்சிருக்க மாட்டான்.

ஜனார்த்தன் : ஹூம்! பயந்தபடியே நடந்துடுச்சு.

சிரோமணி : இனிமே எல்லாப் பணமும் கள்ளுக்கடைக்குப் போயிரும்!... சிறுக்கி போற போக்கிலே நல்லா நம்மளை மாட்டிவிட்டுட்டா!

ஒருவர் : ஜமீந்தார் பாபு சாவியைக் கொடுக்கமாட்டாரா?

சிரோமணி : அடேயப்பா, மறுபடி கேக்கப்போனாக் கழுத்தைப்பிடிச்சு உள்ளே கள்ளை ஊத்திடுவான் இந்த ஆளு!

(இதைச் சொல்லும்போதே அவரது உடல் நடுங்குகிறது. எல்லோரும் போகிறார்கள்.)

பிரபுல்லன் : (செய்திப் பத்திரிகையிலிருந்து தலையை நிமிர்த்தி) அண்ணா, மறுபடி ஏன் இந்தச் சிக்கல்லே மாட்டிக்கறீங்க? அவங்ககிட்டே சாவியைக் கொடுத்தாப் பிரச்சினை தீர்ந்தது!

ஜீவானந்தன் : பிரச்சினை தீரும்னாக் கொடுத்திருக்கலாம், தீராதே! அந்த நிலையைத் தவிர்க்கத்தானே ஷோடசி நேத்து ராத்திரி என்கிட்டே சாவியைக் கொடுத்தா!

பிரபுல்லன் : பொட்டியிலே என்ன இருக்கு?

ஜீவானந்தன் : (புன்சிரிப்புடன்) என்னவா? இன்னிக்குக் காலையிலே அந்தக் கணக்கு நோட்டைப் படிச்சுப் பார்த்தேன். மோகரா, பணம், வைரம், வைடூரியம், முத்து மாலை, தங்கக் கிரீடம், விலையுயர்ந்த கற்கள் பதிச்ச நகைகள், தஸ்தாவேஜுகள், தங்கவெள்ளிப் பாத்திரங்கள்... நிறைய இருக்கு. பல தலைமுறைகளாகச் சேர்ந்திருக்கற கோவில் சொத்து. இந்தச் சின்னக் கோவிலுக்கு இவ்வளவு சொத்து இருக்கும்னு நான் கனவிலே கூட நினைக்கல்லே. கொள்ளைக் காரங்களுக்கு பயந்துக்கிட்டுப் பைரவிங்க இந்த விஷயத்தை ரசசியமா வச்சிக்கிட்டு இருந்திருக்காங்க.

பிரபுல்லன் : (பயத்தோடு) அப்படியா? அந்தப் பொட்டிச் சாவி ஒங்ககிட்டேயா? ஆள்கொல்லிப் பிசாசுக்கிட்ட குழந்தையைக் கொடுத்திருக்காளா?

ஜீவானந்தன் : நீ சொல்றது வாஸ்தவந்தான், பிரபுல்லா. இவ்வளவு பணத்தை வச்சுக்கிட்டு என்னா

லேயே என்னை நம்பமுடியாது தான். நான் இந்தப் பொறுப்பை ஏத்துக்க விரும்பல்லே. சாவியை ஜனார்த்தன் ராய் கிட்டே தான் கொடுக்கச் சொன்னேன். அவதான் வலுக் கட்டாயமா என் கையிலே திணிச்சுட்டா.

பிரபுல்லன் : இதுக்குக் காரணம்?

ஜீவானந்தன் : கெட்டபேருதான் வந்துடுச்சு. அதோடே திருட்டுப் பட்டமும் கட்டிக்க அவளுக்கு இஷ்டமில்லே. இவங்களை நல்லாத் தெரிஞ்சு வச்சிருக்கா அவ.

பிரபுல்லன் : ஆனா அவ உங்களைத் தெரிஞ்சுக்கல்லியே!

ஜீவானந்தன் : (வறண்ட சிரிப்புடன்) அது அவளோட தவறு. என் தவறில்லே. அவளுக்கு நான் எவ்வளவோ கெடுதல் பண்ணியிருக்கேன். ஆனா என் உண்மைக் குணத்தை அவகிட்டே மறைச்சு வைக்கல்லே. ஆனா இந்த ஒலகமே ஒரு அதிசயம், அதைவிட அதிசயம் மனுஷனோட மனசு. இந்த மனசு எந்தக் காரணத்துக்காக எந்த முடிவுக்கு வரும்னு நிச்சயமாச் சொல்ல முடியாது. அன்னிக்கு ராத்திரி நான் கண்ணை மூடிக்கிட்டு அவகையாலே மார்பியா சாப்பிட்டேனே அதிலேருந்து அவ நினைச்சுட்டா எனக்கு அவமேலே முழு நம்பிக்கைன்னு. அதனாலே அவளும் என்னை நம்பலாம்னு நினைக்கறா. அன்னிக்கு எனக்கு கொடுத்த மருந்தை அப்படியே குடிக்கறதைத் தவிர வேறு வழியே இல்லாமலிருந்தது; இதை அவ மறந்துட்டா. என் மேலே முழு நம்பிக்கை வச்சுக் கண்ணை மூடிக்கிட்டு என் கையிலே சாவியைக் கொடுத்துட்டா... பிரபுல்லா, ஒலகத்திலே ரொம்பத் தந்திர சாலியா இருக்கறவன் கூட சில சமயம் ஒரு பெரிய பிசகு பண்ணிடறான். இந்த மாதிரி அப்பப்போ நடக்காட்டி ஒலகமே பாலை வனமாயிடும். ஒரு துளி ஈரங்கூட ஒலகத்திலே இல்லாமே போயிரும்.

பிரபுல்லன் : நீங்க சொல்றது நூத்திலே ஒரு வார்த்தை! ஆகையாலே கணக்கு நோட்டை எரிச்சுடுங்க. தாராதாஸைக் கூப்பிட்டு ஒரு அதட்டுப் போடுங்க... சாலமன் துரையோட கடனை அடைச்சுட்டா ஒலகத்திலே ஈரமென்ன, மழையே கொட்ட ஆரம்பிச்சுடும்.

ஜீவானந்தன் : நீ இப்படி வெளிப்படையாப் பேசறதுக் காகத்தான் ஒன்னை எனக்குப் பிடிச்சிருக்கு.

பிரபுல்லன் : (கைகூப்பி) ஒங்க பிரியத்தைக் கொஞ்சம் குறைச்சுக்கணும் அண்ணா! ஒங்க காட்டிலே எப்போதும் மழை பொழிஞ்சுக்கிட்டே இருக்கட்டும். ஆனா ஒங்களுக்கு சேவகம் பண்ணிப் பண்ணி என் தொண்டை வரையிலே காய்ஞ்சு கட்டையாப் போயிடுச்சு. இனிமே வெளியே எங்கேயாவது ரெண்டு வேளைச் சோத்துக்கு ஏற்பாடு பண்ணிக்க ஆசை. நாளை - நாளன்னிக்கு நான் போயிடப் போறேன்!

ஜீவானந்தன் : (புன்சிரிப்புடன்) இறுதி முடிவா இது? இதுக்கு முன்னாலே எவ்வளவு தடவை இந்த முடிவு எடுத்திருக்கே?

பிரபுல்லன் : நாலஞ்சு தடவை (சிரித்து விடுகிறான்.) கடவுள் வாயைக் கொடுத்திருக்கார். அதை வச்சுக் கிட்டுப் பெரிய மனுஷங்க கொடுக்கற பிச்சையைச் சாப்பிட்டுக்கிட்டிருக்கேன். நடு நடுவிலே பெருமையா நாலு வார்த்தை சொல்லல்லேன்னா வாய்க்கு மதிப்பே இருக்காது. வருஷக்கணக்கா ஒங்க சோத்தைச் சாப்பிட்டு வளர்ந்த ஒடம்பிலே எலும்பும் தசையுந்தான் இருக்கு. உண்மையான ரத்தம் ஒரு சொட்டுக் கூட இல்லே... இன்னிக்கு ஒரு காரியம் செய்யப் போறேன். இந்த இருட்டிலே ஒருத்தருக்கும் தெரியாமபோய் பைரவியோட கால்தூசி கொஞ்சம் எடுத்துக் கிட்டு வந்து அதைச் சாப்பிட்டுடப் போறேன். அப்பத்தான் நான் இவ்வளவு காலம்

சாப்பிட்ட ஒங்க சோறு செரிக்கும். இல்லாட்டி இரும்புக் கம்பி மாதிரி வயத்திலே குத்திக் கிட்டு இருக்கும்.

ஜீவானந்தன் : (சிரிக்க முயற்சி செய்து கொண்டு) என்ன தம்பி, இன்னிக்கு உணர்ச்சிப் பெருக்கு ரொம்ப அதிகமாயிருக்கு!

பிரபுல்லன் : (கைகூப்பி) இதையும் கேட்டுக்குங்க அண்ணா. நான் ஒங்களுக்குச் செஞ்ச தொண்டுக்காகப் பென்ஷன் கொடுக்கற மாதிரி அன்னிக்கு ஐயாயிரம் ரூபா உயிலெழுதினீங்களே, அதை அடிச்சுடுங்க! சண்டிதேவியோட பணம் ஒங்க கைக்கு வந்துட்டா ஒங்களை அண்டிப் பிழைக்க வர்றவங்களுக்குப் பஞ்சமிருக்காது. எனக்குப் பணங்கொடுத்து நீங்க ஏன் அனாவசியமா நஷ்டப்படணும்!

ஜீவானந்தன் : அப்படீன்னா இந்தத் தடவை நிசமாவே என்னை விட்டுட்டுப் போகப் போறியா?

பிரபுல்லன் : இந்த என் தீர்மானம் நிலைச்சிருக்கட்டும்னு ஆசீர்வாதம் பண்ணுங்க... பைரவி எப்போப் போறாங்க?

ஜீவானந்தன் : தெரியாது.

பிரபுல்லன் : எங்கே போகப் போறாங்க?

ஜீவானந்தன் : அதுவும் தெரியாது.

பிரபுல்லன் : தெரிஞ்சாலும் ஒங்களுக்குப் பிரயோசன மில்லே. அடேயப்பா! அவங்க பொம்பளை யில்லே, ஆம்பளைக்கும் மேலே! அன்னிக்குக் கோவில்லே நின்னுக்கிட்டு அவங்களை ரொம்ப நேரம் பார்த்துக்கிட்டு இருந்தேன். அவங்க கல்லாலே பண்ணின சிலைன்னு தோணிச்சு. சம்மட்டியாலே அடிச்சுத் தூளாக்கலாம், ஆனா நெருப்பிலே உருக்கி நம்ம இஷ்டத்துக்கு வளைக்க முடியாது. வளைக்கற எண்ணம் இருந்தா விட்டுடுங்க.

ஜீவானந்தன் : பெரியவங்களோட ஆசீர்வாதத்துக்கு சக்தி இருந்தா என் விருப்பம் நிறைவேறும். பைரவி நிசமாவே போயிடுவாள்னு நினைக்கிறியா?

பிரபுல்லன் : அப்படித்தான் தோணுது. ஒலகத்திலே எல்லோரும் பிரபுல்லன் மாதிரி இருக்க மாட்டாங்க... ஒரு விஷயம் ஒங்ககிட்டே சொல்ல மறந்து போயிட்டேன் அண்ணா. நேத்து ராத்திரி ஆத்தங்கரையிலே உலாவிக் கிட்டிருந்தேன். அப்போ பக்கிரி சாயபுவைப் பார்த்தேன். நீங்க ஒரு நாள் பறவை வேட்டை யாடப் போனபோது வேட்டையாடக் கூடாதுன்னு ஒங்க துப்பாக்கியைப் பிடுங்கி வச்சுக்கிட்டாரே அவர்தான். அவருக்கு ஒரு கும்பிடு போட்டு அவரோட பேசினேன். ஏதாவது தெய்வீக மருந்தோட ரகசியத்தை அவர்கிட்டே கத்துக்கிட்டா ஒங்க உதவி யோடே அதுக்கு ஒரு பேடண்ட் வாங்கிக் கிட்டு நாலுகாசு சம்பாரிக்கலாமேன்னு பார்த்தேன். ஆனா அந்த ஆளு ரொம்பத் தந்திரக்காரர். எனக்குப் பிடி கொடுக்கவே யில்லே. பைரவியைப் பார்த்துட்டுப் போறாராம், பைரவி எல்லாத்தையும் விட்டுட்டுப் போகப் போறாங்கங்கற விஷயத்தை அவர்தான் சொன்னார்.

ஜீவானந்தன் : இவர்தான் அவளுக்கு அப்படி யோசனை சொன்னாரோ?

பிரபுல்லன் : இல்லே, பைரவியோட இந்த முடிவு அவரோட யோசனைக்கு விரோதமாத்தானாம்.

ஜீவானந்தன் : ஆச்சரியமாயிருக்கே! பக்கிரிசாயபு அவளோட குருன்னு கேள்விப்பட்டேன். குரு ஆணையைக் கூட மீறி நடக்கிறாளா?

பிரபுல்லன் : ஆமா!

ஜீவானந்தன் : இதுக்குக் காரணம்?

பிரபுல்லன் : காரணம் நீங்கதான்!... பக்கிரிசாயபு என் கிட்டே சொன்னதை, ஒங்ககிட்டே சொல்லறது

உசிதமா இல்லையான்னு தெரியாது... இருந்தாலும் சொல்லிடறேன்... பைரவி ஒங்ககிட்டே ரொம்பப் பயப்படறதா நினைக்கிறார் பக்கிரி சாயபு. ஒங்களோடே தகராறு பண்ண பைரவிக்கு இஷ்டமில்லே. அதனால்தான் அவங்க ஒதுங்கிப் போறாங்க. அவதூறுக்கோ கிராமத்துப் பெரிய மனுஷங் களுக்கோ அவங்க கொஞ்சங்கூட பயப்படல்லே.

(ஜீவானந்தன் வியப்போடு அவனைப் பார்க்கிறான்.)

- அண்ணா, நீங்க ரொம்ப கெட்டிக்காரர் தான். ஆனா ஒரு விஷயம் எனக்குத் தெளிவாகத் தெரியல்லே - ஒங்ககிட்டே எல்லாப் பொறுப்பையும் ஒப்படைச்சு பைரவி பிசகு பண்ணிட்டாங்களா, அல்லது பொறுப்பை ஏத்துக்கிட்டு நீங்க பிசகு பண்ணினீங்களான்னு... பொழச்சுக்கிடந்தா இந்தக் கேள்விக்கு ஒரு பதில் தெரியும்னு நினைக்கறேன்.

(ஜீவானந்தன் மௌனமாயிருக்க, ஒரு பணியாள் கிண்ணத்தில் விஸ்கி கொண்டு வருகிறான்.)

ஜீவானந்தன் : இங்கேயுமா? சீ! எனக்கு வேண்டாம், எடுத்துக் கிட்டுப் போ!

(பணியாள் போகிறான்.)

பிரபுல்லன் : ஏன் அண்ணா வேலைக்காரனைக் கோவிச் சுக்கறீங்க? எப்போ ஒங்களுக்கு வேணுங்கறதை முன்னதாவே சொல்லிடுங்களேன்!... இதென்ன திடீர்னு ஒங்களுக்கு அமிருதம் பிடிக்காமே போச்சு?

ஜீவானந்தன் : நான் இனிமே குடிக்கப் போறதில்லே.

பிரபுல்லன் : (சிரித்துக் கொண்டு) இதோட எத்தனாந்தடவை குடிக்கறதை விட்டிருக்கீங்க?

ஜீவானந்தன் : (சிரித்துக் கொண்டு) பொழச்சுக்கிடந்தா அதுவும் தெரிஞ்சுக்குவேன்னு நினைக்கறேன்.

(பணியாள் மறுபடி வருகிறான்.)

பணியாள் : இந்தப் பிஸ்டலை மேஜை மேலேயே வச்சுட்டு வந்துட்டீங்க. இந்தாங்க.

ஜீவானந்தன் : மறந்துதான் வச்சுட்டு வந்தேன்... ஆனா இனிமே இதுக்குத் தேவையில்லே. எடுத்துக் கிட்டுப்போ....

பிரபுல்லன் : ரொம்ப ராத்திரியாயிடுச்சு.மணி பதினொண்ணு. வாங்க, வீட்டுக்குப் போகலாம்.

ஜீவானந்தன் : வீட்டுக்கா! இல்லே இல்லே... நான் இப்படிக் கொஞ்ச தூரம் உலாவிட்டு வரப்போறேன்....

பிரபுல்லன் : தனியாவா? அதுவும் கையிலே ஆயுதம் எதுவும் இல்லாமேயா? அது கூடாது அண்ணா! ஒரே இருட்டு, ஒங்களுக்கு விரோதிகள் நிறையப் பேர் இருக்காங்க... ஒங்களோட நிரந்தரத் தோழனையாவது கையிலே வச்சுக்கங்க...

(பணியாளிடமிருந்து பிஸ்டலை வாங்கி ஜீவானந்தனிடம் கொடுக்கப் போகிறான்.)

ஜீவானந்தன் : (பின் வாங்கி) வேண்டாம் பிரபுல்லா. இனிமே நான் அதை ஒரு நாளும் தொடமாட்டேன்! நான் இன்னிலேருந்து தனியா, ஆயுதம் எதுவுமில்லாமே நடமாடப் போறேன். எனக்கு யாரும் விரோதி இல்லேன்னு நினைச்சுக்கப் போறேன். யாரும் என்கிட்டே பயப்பட வேண்டாம். எனக்கு என்ன நேர்ந்தாலும் அதைப்பத்தி எனக்குக் கவலையில்லே.

பிரபுல்லன் : திடீர்னு ஒங்களுக்கு என்ன வந்தது? யாராவது சிப்பாயைக் கூப்பிட்டு ஒங்களோடே அனுப்பவா?

ஜீவானந்தன் : சிப்பாய் கிப்பாய்... ஒருத்தரும் வேண்டாம் எனக்கு. நீங்க வீட்டுக்குப் போங்க.

பிரபுல்லன் : நாங்க ஒங்க கட்டளையை மீறல்லே. வீட்டுக்குப் போறோம். நீங்களும் சீக்கிரம் திரும்பி வந்துடுங்க.

(பிரபுல்லனும் பணியாளும் போகிறார்கள். ஜீவானந்தன் அரங்கத்தின் இன்னொரு பக்கத்திலே போய் நிற்கிறான். ஒருவன் ஒரு தூண் மேல் சாய்ந்து கொண்டு மெல்லிய குரலில் பாடிக் கொண்டிருக்கிறான். சற்றுத் தொலைவில் நாலைந்து பேர் போர்வையைப் போர்த்திக் கொண்டு தூங்கிக் கொண்டிருக்கிறார்கள்.)

பாட்டு

"உன்னைத்தினமும் பூசை பண்ணியும்
கண்ணீர் விடத்தான் வேணுமின்னா,
நல்லது செய்யறவ, துன்பத்தைப் போக்கறவள்னு
உனக்கு எதுக்குப் பேரு அம்மா?

நான் என்ன பாவம் செஞ்சேன்,
இந்தக் கெட்ட பேரைச் சுமக்க?
இப்போ எனக்கு நீயே கதி-
நீதான் என்னைக் காப்பாத்தணும்மா!"

ஜீவானந்தன் : *நீ யாருப்பா?*

அந்த மனிதன் : நான் யாத்திரையா வந்தவனுங்க பாபு.

ஜீவானந்தன் : நான் பாபுன்னு எப்படித் தெரிஞ்சது ஒனக்கு?

யாத்திரீகன் : அது தெரியாதா? பாபுமாருங்கதானே இவ்வளவு வெள்ளையா வேட்டி கட்டியிருப் பாங்க!

ஜீவானந்தன் : *ஓ... அப்படியா? நீ எங்கேயிருந்துவரே? எங்கே போகப் போறே? இவங்கள்ளாம் ஒன் கூட்டாளிகளா?*

யாத்திரீகன் : *நான் மான்பூம் ஜில்லாவிலேருந்து வரேன், பாபு. பூரிக்குப் போயிக்கிட்டிருக்கேன். இவங்க வேறே வேறே ஊர்க்காரங்க, எங்கே போறாங்கன்னு தெரியாது.*

ஜீவானந்தன் : *இங்கே தினம் எவ்வளவு பயணிகள் வராங்க? அவங்க எல்லாருக்கும் ரெண்டு வேளை சாப்பாடு கிடைக்குமா?*

யாத்திரீகன் : (சற்று வெட்கத்துடன்) *வெறுஞ் சாப்பாட்டுக்காக இல்லேங்க... எனக்குக் காலிலே அடிபட்டுக்*

காயமாயிடுச்சு. காயம் சொஸ்தமாற வரையிலே என்னை இங்கேயே இருக்கச் சொல்லியிருக்காங்க பைரவியம்மா...

ஜீவானந்தன் : அப்படீன்னா இருந்துக்கோயேன்... இங்கே தான் நிறைய இடம் இருக்கே!

யாத்திரீகன் : ஆனா, பைரவியம்மா போயிட்டாங்கன்னு...

ஜீவானந்தன் : இதுக்குள்ளே கேள்விப்பட்டுட்டியா? அவங்க இல்லாட்டியும் அவங்களோட உத்தரவு இருக்கு இல்லையா? ஒன்னை யாரு போகச் சொல்ல முடியும்? ஒன் சொந்த ஊரு எது?

யாத்திரீகன் : என்னோட ஊரு மான்பூம் ஜில்லாவிலே வம்சிதட் கிராமம். ஆனா அங்கே சோறு இல்லே, தண்ணி இல்லே, டாக்டர் இல்லே, மருந்து இல்லே. எங்க கஷ்டத்தை ஜமீந்தார் கிட்டே சொல்லலாம்னு பார்த்தா அவரு கல்கத்தாவிலே இருக்கார். அவரோட குமாஸ்தா தான் இருக்கான் கிராமத்திலே- பணம் பிடுங்கறதுதான் குறி அவனுக்கு... ரெண்டு மூணு வருசமா மளையில்லே, பயிரெல்லாம் காஞ்சுபோச்சு... அதைக் கூடப் பொறுத்துக்கிட்டேன், பாபு... ஆனா... (அழுகை அவனது தொண்டையை அடைக்கிறது)

ஜீவானந்தன் : அதனாலேதான் யாத்திரை பண்ணக் கிளம்பிட்டியாக்கும்?

யாத்திரீகன் : ஆமாங்க... போன சித்திரை மாசம் சம்சாரம் இறந்து போயிட்டாங்க. காலராவிலே என் ரெண்டு பிள்ளைகளும் செத்துப் போயிட் டாங்க என் கண்முன்னாலே. அவங்களுக்கு ஒரு சொட்டு மருந்து கொடுக்க முடியல்லீங்க என்னாலே!

(சொல்லிக் கொண்டே அழுகிறான். ஜீவானந்தனுக்கும் அழுகை வந்து விடுகிறது. அவன் சட்டையில் கண்களைத் துடைத்துக் கொள்கிறான்)

யாத்திரீகன் : எனக்கு வாழ்க்கை வெறுத்துப் போச்சுங்க... என்னோட பாழடைஞ்ச குடிசையைத் தம்பி

புள்ளேகிட்டே கொடுத்திட்டு வெளியே கிளம்பிட்டேன்.. என்னைப் போல துன்பப் படறவங்க ஒலகத்திலேயே இல்லே, பாபு!

ஜீவானந்தன் : ஒலகம் ரொம்பப் பெரிசுப்பா. இங்கே யார் எப்படி வாழ்ந்துக்கிட்டிருக்காங்கன்னு சொல்ல முடியாது.

யாத்திரீகன் : ஆனா என் மாதிரி துன்பப்படறவன்...

ஜீவானந்தன் : துன்பப்படறவங்கன்னு ஒரு தனி சாதியில் லேப்பா. துக்கத்துக்குன்னு தனியா ஒரு பாதையும் இல்லே. அப்படி ஒரு பாதை இருந்தா எல்லாரும் அதைவிட்டு விலகி நடப்பாங்க... துன்பம் எதிர்பாராத நேரத்திலே திடீர்னு வந்து மேலே விழற போதுதான் அதை மனுஷன் உணர்றான்... நான் சொல்றதெல்லாம் ஒனக்குப் புரியாதுப்பா. ஆனா ஒண்ணுமட்டும் நினைவிலே வச்சுக்க. நீ ஒருத்தன்தான் ஒலகத்திலே தனியா துன்பப்படறவன் இல்லே. ஒனக்கு ரொம்பக் கிட்டவே ஒன்னோட தோழன் ஒருத்தன் இருக்கான். அவனை ஒனக்குத் தெரியல்லே... நீ பக்திப்பாட்டு பாடிக்கிட்டிருக்கே...

(திடீரென்று சாகரும் ஹரிஹரும் அங்கே வேகமாக வந்து கோவில் வாயிலில் நிற்கிறார்கள். ஜீவானந்தன் மறைந்து நின்று அவர்களுடைய பேச்சைக் கேட்கிறான்.)

ஹரிஹர் : நம்ம அம்மாவை நாசம் பண்ணினவனை நாம நாசம் பண்ணாமே விடக்கூடாது!

சாகர் : கோவில் படியைத் தொட்டு சத்தியம் செய்றோம்... இதனாலே தூக்கிலே ஏறவும் தயார்!

ஹரிஹர் : ஜெயிலும் தூக்கும் நமக்குப் பொருட்டில்லை... அம்மா ஊரைவிட்டுப் போகட்டும் முதல்லே...

ஹரிஹர், சாகர் : சண்டி மாதாவுக்கு ஜே!

(போகிறார்கள்)

ஜீவானந்தன் : சாமியைப் போல அனுதாபத்தோட மனுஷனோட புகார்களைக் கேக்கறவங்க யாருமில்லே. கையாலாகாதவனோட சவுடாலுக்கும் ஒரு மதிப்பு உண்டு.

யாத்ரீகன் : என்ன சொல்றீங்க, பாபு?

ஜீவானந்தன் : ஒண்ணுமில்லேப்பா... நீ பக்திப்பாட்டு பாடிக்கிட்டிருந்தே. நான் இடையிலே வந்து கெடுத்துட்டேன். நீ பாடு, நான் வரேன், நாளை ராத்திரி முடிஞ்சா சந்திப்போம்.

யாத்ரீகன் : நாளைக்கு என்னைப் பார்க்கமுடியாதுங்க, பாபு நான் வந்து அஞ்சு நாளாச்சு. இனிமே தங்கவிடமாட்டாங்க. நாளைக் காலையிலேயே நான்கிளம்பிடணும்.

ஜீவானந்தன் : கிளம்பிடணுமா? ஒனக்கு இன்னும் கால் காயம் ஆறல்லே, நடக்கமுடியாதுன்னு சொன்னியே!

யாத்ரீகன் : ஆமா... ஆனா இப்போ கோவில் நிர்வாகம் ஜமீந்தார் கையிலே.... யாத்ரீகங்க மூணு நாளுக்கு மேலே தங்கக்கூடாதுன்னு உத்தரவு.

ஜீவானந்தன் : (சிரித்துக் கொண்டு) இன்னும் பைரவி போகல்லே. இதுக்குள்ளே ஜமீந்தார் உத்தரவு அமுலுக்கு வந்துடுச்சா? சண்டிமாதாவுக்கு நல்ல அதிருஷ்டந்தான்! அதுசரி, ஒனக்கு இன்னிக்கு என்ன பிரசாதம் கிடைச்சுது?

யாத்ரீகன் : வந்து மூணு நாளாகாதவங்களுக்குப் பிரசாதம் கிடைச்சுது.

ஜீவானந்தன் : ஒனக்கு ஒண்ணும் கிடைக்கல்லியா? நீ வந்து மூணு நாளுக்கு மேலே ஆச்சே!

யாத்ரீகன் : பூசாரி என்ன பண்ணுவாருங்க? ஜமீந்தார் உத்தரவு அப்படி!

ஜீவானந்தன் : வாஸ்தவந்தான். (பெருமூச்சு விடுகிறான்) நாளைக்கு நான் வரேன். நீ பேசாமே போயிடாதே!

யாத்திரீகன்	:	பூசாரி ஏதாவது சொன்னார்னா?
ஜீவானந்தன்	:	சொன்னாக்கொஞ்சம் பொறுத்துக்கோயேன்! இவ்வளவு துன்பத்தைப் பொறுத்துக்கிட்டிருக்கே. ஒரு பிராமணரோட மிரட்டலைப் பொறுத்துக்கக் கூடாதா? நான் வரேம்ப்பா.
		(ஷோடசி கையில் விளக்குடன் கோவில் வாயிலுக்கு வருகிறாள். ஜீவானந்தன் பின்னாலிருந்து அவளைக் கூப்பிடுகிறான்.)
ஜீவானந்தன்	:	அளகா!
ஷோடசி	:	(திடுக்கிட்டு) நீங்களா? இந்த நேரத்திலே இங்கே...
ஜீவானந்தன்	:	சும்மாத்தான் வந்தேன்... நீ பொறப்படறதுக்கு முன்னாலே சாமி கும்பிட வந்தியாக்கும்! நானும் ஒன்னோடே வரேன்.
ஷோடசி	:	என்னோடே வர்றதிலே ஆபத்து உண்டுன்னு ஒங்களுக்குத் தெரியும் இல்லியா?
ஜீவானந்தன்	:	ஆபத்தா? தெரியும். ஆனா என்கிட்டேயிருந்து யாருக்கும் ஆபத்து ஏற்படாது. நான் தனியன், என் கையிலே ஆயுதமும் இல்லே. எனக்கு ஒலகத்திலே விரோதிகள் இருக்காங்கன்னு நான் ஒப்புத்துக்க மாட்டேன்.
ஷோடசி	:	என் கூட வந்து என்ன பண்ணப்போறீங்க?
ஜீவானந்தன்	:	ஒண்ணுமில்லே. நீ இங்கே இருக்கறவரையிலே ஒன்னோடேயே இருக்கேன், நீ போற போது ஒன்னை வண்டியிலே ஏத்திவிட்டுட்டு நான் வீட்டுக்குப் போறேன். இந்த ஊரிலே இன்னிக்குக் கடைசி நாள் ஒனக்கு. இன்னிக்கு என் மேலே அவநம்பிக்கைப்படாதே. என்னோட ஆயுசு நிச்சயமில்லேன்னு ஒனக்குத் தெரியும். இனிமே நாம சந்திக்காமே போகலாம். நீ எனக்கு எவ்வளவு கருணை காட்டியிருக்கேங்கறதை நான் கடைசி வரையிலே மறக்கமாட்டேன்.

ஷோடசி : சரி, வாங்க என்னோடே.

(கோவிலின் மூடிய கதவுக்கு முன் ஷோடசி கும்பிடு கிறாள்.)

ஜீவானந்தன் : நீ எனக்கு ரொம்பத் தேவை, அளகா? ஒன் பயணத்தை ரெண்டே ரெண்டு நாளுக்கு ஒத்திப்போட முடியாதா?

ஷோடசி : ஊஹூம்.

ஜீவானந்தன் : ஒரு நாள்?

ஷோடசி : அதுவும் முடியாது.

ஜீவானந்தன் : அப்படீன்னா கோவில் படியிலேயே நின்னுக் கிட்டு என் குத்தத்தையெல்லாம் மன்னிச்சுடு!

ஷோடசி : இந்த மன்னிப்பாலே ஒங்களுக்கு என்ன பிரயோசனம்?

ஜீவானந்தன் : இதுக்குப் பதில் சொல்ல இன்னிக்கு எனக்கு சக்தி இல்லே. ஒன்னை இன்னும் ஒரு நாள் இங்கே எப்படியாவது தங்க வைக்க முடியுமாங்கற யோசனையிலே முழுகி யிருக்கேன் நான். ஒருத்தன் தன்னோட மனசை இன்னொருத்தர்கிட்டே பறிகொடுத் துட்டா அவனைவிடப் பரிதாபத்துக்குரியவன் வேறே யாருமில்லே.

(ஷோடசி திகைத்துப் போய் அவனருகில் வந்து நிற்கிறாள்)

- எனக்கு என்ன வருத்தம் தெரியுமா அளகா? நான் ஒனக்குத் தண்டனை கொடுத்தேன். நீ அதைப் பொறுத்துக்கிட்டு ஊரை விட்டுப் போயிட்டேன்னு எல்லாரும் நினைப்பாங்க. இவ்வளவு பெரிய பொய்ப்பழியை நான் எப்படிப் பொறுத்துக்குவேன்?... நான் இதைக் கூடப் பொறுத்துக்குவேன்- நீ ஒரு நாளாவது என் கிட்ட இருந்தால்!

ஷோடசி : (பின்னால் நகர்ந்து) சௌதுரி பாபு, எதுக்கு இந்தக் கெஞ்சலும் வேண்டுகோளும்? ஒங்க

சிப்பாய்களோட பலம் இன்னும் கொறைஞ்சு போயிடல்லையே! நான் யார்கிட்டேயும் புகார் பண்ணடமாட்டேன்னு ஒங்களுக்குத் தெரியுமே!

ஜீவானந்தன் : (நகர்ந்து நின்று கொண்டு) அப்படீன்னா நீ போகலாம். கிடைக்கமுடியாததுக்காக ஆசைப்பட்டு நான் இனிமேல் ஒன்னைத் தொந்தரவு பண்ணமாட்டேன். என் சிப்பாய்கள் இருக்காங்கதான் அளகா. அவங்க பலமும் கொறைஞ்சு போயிடல்லே. ஆனா தானாக வராதவளை வலுக்கட்டாயமாய் பிடிச்சிழுத்து அவளோட சுமையையும் தாங்கிக்கற சக்தி எனக்கு இல்லே.

ஷோடசி : (ஜீவானந்தனின் காலில் விழுந்து அவனது பாதத்தைத் தலையில் வைத்துக் கொண்டு) ஒங்ககிட்டே ஒரு வேண்டுகோள்!

ஜீவானந்தன் : என்ன?

(வெளியே வண்டி வந்து நிற்கும் அரவம்.)

ஷோடசி : தயவு பண்ணிக் கொஞ்சம் ஜாக்கிரதையா இருங்க!

ஜீவானந்தன் : ஜாக்கிரதையாவா? இனிமேல் அது என்னாலே முடியாது போலிருக்கே?.. கொஞ்சநேரத்துக்கு முன்னாலே யாரோ ரெண்டு பேர் இங்கே வந்து கோவில் நிலைப்படியைத் தொட்டு சபதம் பண்ணினாங்க, அவங்க அம்மாவை நாசம் பண்ணினவனை நாசம் பண்ணாமே விடப்போறதில்லேன்னு. நான் மறைவி லேருந்து அவங்க பேச்சைக் கேட்டேன். ரெண்டு நாள் முன்னாலே இந்த நிகழ்ச்சி நடந்திருந்தா அவங்க என்னைத்தான் குறிவைக்கறாங்கன்னு நினைச்சிருப்பேன், கவலைப்பட்டிருப்பேன். ஆனா இன்னிக்கு அப்படியொண்ணும் தோணவே யில்லே... ஏன் அளகா? ஏன் இப்படித் திடுக்கிடறே?

ஷோடசி : (வெளிறிய முகத்துடன்) இல்லே, ஒண்ணுமில்லே. இப்போ நீங்க இந்த ஊரைவிட்டுப் போகலாமே! இனிமே ஒங்களுக்கு இங்கே வேலையொண்ணுமில்லையே!

ஜீவானந்தன் : வேலை இல்லையா?

ஷோடசி : இருக்கறதாத் தெரியல்லே எனக்கு. இது ஒங்க கிராமம். இந்தக் கிராமத்தைக் தூய்மைப் படுத்தத்தான் நீங்க வந்தீங்க. என் மாதிரி ஒழுக்கங்கெட்டவளை ஊரைவிட்டு வெரட் டினப்பறம் வேறே என்ன வேலையிருக்கு ஒங்களுக்கு இங்கே?

ஜீவானந்தன் : ஆனா நீ ஒழுக்கங் கெட்டவ இல்லையே?

வண்டிக்காரன் : அம்மா, ரொம்ப நேரமாகுமா?

ஷோடசி : இல்லேப்பா... இதோ வந்துடறேன்.

(வண்டிக்காரன் போகிறான்.)

- சண்டிகர்லேருந்து நீங்க ஒடனே போயிடத் தான் வேணும்!

ஜீவானந்தன் : எங்கே போறது?

ஷோடசி : ஒங்க ஊருக்கு... பீஜ்காமுக்கு...

ஜீவானந்தன் : சரி, போறேன்.

ஷோடசி : நாளைக்கே போயிடணும்!

ஜீவானந்தன் : (தலை நிமிர்ந்து) நாளைக்கேயா? அது எப்படி முடியும்? இங்கே வேலை இருக்கே நிறைய! மொதல்லே வயல்லேருந்து தண்ணி வெளியே போக ஒருவாய்க்கால் வெட்டணும். குடி களோட நிலத்தை அவங்களுக்குத் திருப்பித் தரணும். இது ஒன்னோட உத்தரவுதான். தவிர கோவில் நிர்வாகத்துக்கும் ஒரு நல்ல ஏற்பாடு பண்ணணும். யாத்திரீகர்களுக்குத் துன்பம் ஏற்படாதபடி நிலையான ஒரு ஏற்பாடுசெய்யணும். இதெல்லாம் செய்யாமே என்னைப் போகச் சொல்றியா?

ஷோடசி : (சங்கடப்பட்டுக் கொண்டு) இந்த நல்ல நோக்க மெல்லாம் நாளைக் காலம்பற வரையிலே நிலைச்சிருக்குமா?

(ஜீவானந்தன் மௌனமாயிருக்கிறான்.)

- ஆனா, தேவைக்கதிகமா ஒரு நாள் கூட இங்கே இருக்க மாட்டீங்கன்னு எனக்கு வாக்குக் கொடுங்க. இங்கே இருக்கற கொஞ்ச நாளும் இந்த மாதிரி ரொம்ப ஜாக்கிரதையா இருங்க.

ஜீவானந்தன் : நான் செஞ்ச காரியங்களுக்குப் பலன் எனக்குக் கிடைச்சா நான் அதுக்காக யார் கிட்டேயும் புகார் செய்யமாட்டேன்... நீ போற சமயத்திலே எனக்கு ஒரு உதவி செய்யணும். (சட்டைப் பையிலிருந்து ஒரு கடிதத்தை எடுத்து ஷோடசியிடம் கொடுக்கிறான்.) இதைப் பக்கிரி சாயபுகிட்டே கொடுத்துடு.

ஷோடசி : சரி. நான் இதைப் படிக்கலாமா?

ஜீவானந்தன் : படிக்கலாம், ஆனா அது தேவையில்லே. இதுக்குப் பதில் எழுதவேண்டியதில்லே... என்னைத் துன்பத்திலேருந்து காப்பாத் துறதுக்காக நீ ரொம்பத் துன்பத்தைப் பொறுத்துக்கிட்டிருக்கே, இல்லாட்டி இந்த மாதிரி நான்... அது போகட்டும். கடைசி விருப்பத்தை இந்த கடிதத்திலே எழுதி யிருக்கேன். அதை நீ நிறைவேத்தினா அதைவிட மகிழ்ச்சி வேறே எதுவும் இல்லே எனக்கு.

ஷோடசி : அப்படீன்னா, படிச்சுப் பார்க்கறேன்.

(ஷோடசி மௌனமாகக் கடிதத்தைப் படிக்கிறாள். அவளது முகபாவம் மாறுகிறது. அவள் ஜீவானந்தனிடமிருந்து தன் முகத்தைத் திருப்பிக் கொண்டு கண்களைத் துடைத்துக் கொள்கிறாள்.)

ஷோடசி : நான் தொழுநோய் நிலையத்திலே பணி செய்யப் போறேன்னு ஒங்களுக்கு எப்படித் தெரியும்?

ஜீவானந்தன் : தொழுநோய் நிலையத்தைப் பத்தி ரொம்பப் பேருக்குத் தெரியும். அங்கே நீ போறேங்கற விஷயம் எப்படித் தெரியுங்கறியா? இன்னிக்கு இங்கே வந்து சபதம் பண்ணிட்டுப் போனவங்களை எனக்குத் தெரியல்லே. அவங்க யாருன்னு ஒனக்கு எப்படித் தெரிஞ்சது?

ஷோடசி : ஒங்களுக்கு வாழ்க்கையிலே பற்றுவிட்டுப் போச்சா? ஒங்க சொத்து எல்லாத்தையும் பங்கு போட்டுக்கொடுத்துட்டு சன்னியாசியாக ஆசைப்படறீங்களா?

ஜீவானந்தன் : (திடீரென்று உணர்ச்சிவசப்பட்டு) நானா... சன்னியாசியா? இல்லவேயில்லை! நான் வாழ விரும்பறேன் - மனுஷன் மாதிரி, சாதாரண மனுஷனா-வீடுவாசல், மனைவி மக்கள் எல்லாத்தையும் அனுபவிச்சுக்கிட்டு வாழ விரும்பறேன். என் சாவு வர்ற போது என் பெண்டாட்டி, பிள்ளைகுட்டிகளுக்கு நடுவிலே உசிரைவிட ஆசைப்படறேன்... ஆனா இதை நான் யார்கிட்டே வேண்டிக்கறது?

(வண்டிக்காரன் வருகிறான்.)

வண்டிக்காரன் : அம்மா, சைவால்திகி, பதினஞ்சு பதினாறு மைல் தொலைவு, இப்பவே கிளம்பல் லேன்னாப் போய்ச் சேர ரொம்ப நேரமாயிடும்.

ஷோடசி : இதோ வரேம்ப்பா.

(வண்டிக்காரன் போகிறான்.)

ஷோடசி : (மறுபடி ஜீவானந்தனை வணங்கி) நான் வரேன்.

ஜீவானந்தன் : இப்பவேயா? ராத்திரி இந்த நேரத்திலேயா?

ஷோடசி : நான் விடியற்காலையிலே கிளம்புவேன்னு குடிகள் நினைச்சுக்கிட்டிருக்காங்க. அவங்க

வர்றத்துக்குள்ளே நான் புறப்பட்டுப் போக விரும்பறேன்.

(போகிறாள்.)

ஜீவானந்தன் : (இருளில் தனியாக நின்று கொண்டு) அளகா, அளகா!... ஒரு நாள் ஒன்னோட அம்மா ஒன்னை என் கையிலே ஒப்படைச்சா. அப்படியும் நீ எனக்குக் கிடைக்கல்லே. அன்னிக்கு யாராவது என்னை ஒன் கையிலே ஒப்படைச்சிருந்தா நீ இந்த மாதிரி இருட்டிலே என்னை விட்டுட்டுப் போயிருக்க மாட்டே!

(வெளியில் வண்டி போகும் அரவம் கேட்கிறது.)

அங்கம் - 4

காட்சி - 1

இடம் - சாந்திகுஞ்சம்

(நாலைந்து நாட்களுக்குமுன் ஜமீந்தாரின் சாந்தி குஞ்சம் தீக்கிரையாகி விட்டது. கரியும் சாம்பலும் எங்கும் சிதறிக் கிடக்கின்றன. பணியாட்களின் ஓரிரு அறைகள் மட்டும் தீக்குத் தப்பின. அவற்றில் ஜீவானந்தன் தங்கியிருக் கிறான். முன்பக்கம் திறந்த ஜன்னல் வழியே பாரூயி ஆறு தெரிகிறது. காலை நேரம். ஆற்றுப் பக்கம் பார்த்துக் கொண்டு ஜீவானந்தன் உட்கார்ந்திருக்கிறான். அவன் முகம் சோர்ந்திருக்கிறது. இரவு முழுவதும கடுமையான நோயின் வேதனையை அனுபவித்த பாதிப்பு அவனது உடல் முழுதும் காணப்படுகிறது. பிரபுல்லன் வருகிறான்.)

பிரபுல்லன் : *இப்போ எப்படி இருக்கீங்க, அண்ணா?*

ஜீவானந்தன் : *கொஞ்சம் தேவலை.*

பிரபுல்லன் : *ஒங்களுக்கு ரொம்ப காலமாக் குடிச்சுப் பழக்கம். அதை இப்படி திடீர்னு விடலாமா? மருந்து மாதிரியாவது ஒரு அவுன்ஸ், அரை அவுன்ஸ்....*

ஜீவானந்தன் : *மருந்தா?... ஊஹூம், நான் கள்ளைத் தொடமாட்டேன்!*

பிரபுல்லன் : *நேத்து ராத்திரி எவ்வளவு கவலையா இருந்தது தெரியுமா எங்களுக்கு? ஒங்க கைகால் எல்லாம் குளிர்ந்து போயிடுச்சு.*

ஜீவானந்தன் : அதுக்கு சூடேத்தத்தான் குடிக்கச் சொல்றீயோ?

பிரபுல்லன் : திடீர்னு மாரடைப்பு ஏற்படலாம்னு வல்லப் டாக்டர் பயப்படறார்.

ஜீவானந்தன் : மாரடைப்புங்கறதே திடீர்னு வர்றதுதானே!

பிரபுல்லன் : அதுக்காகவாவது...

ஜீவானந்தன் : (தன் நெஞ்சின் மேல் கையை வைத்துக்காட்டி) பாரு தம்பி, இந்த அப்பாவி இருதயம் எவ்வளவோ கஷ்டத்துக்கு நடுவிலேயும் நிக்காமே ஓடிக் கிட்டுத்தான் இருக்கு, என்னிக்காவது ஒரு நாள் திடீர்னு நின்னுபோயிட்டா இவனை மன்னிச்சுடலாம்.

பிரபுல்லன் : நீங்க எவ்வளவு பிடிவாதக்காரர், அண்ணா! இவ்வளவு பிடிவாதமும் இவ்வளவு காலமா எங்கே ஒளிஞ்சுக்கிட்டிருந்ததுன்னு தெரியல்லே எனக்கு.

ஜீவானந்தன் : அது போகட்டும்... நீ என்னமோ என்னை விட்டுட்டுப் போய் ஒன்னோட வயித்துப் பாட்டுக்கு ஏற்பாடு செஞ்சுக்கப் போறதாச் சொன்னியே, அந்த யோசனை என்ன ஆச்சு?

பிரபுல்லன் : மன்னிச்சுங்கங்க அண்ணா. நீங்க மொதல்ல சொஸ்தமாயி எழுந்திருங்க அப்புறம் நான் என் வயித்துப்பாட்டைப் பத்தி யோசிக்கிறேன்.

ஜீவானந்தன் : நான் சொஸ்தமான பிறகு தானே? அப்போ கவலையே இல்லே எனக்கு!

(தாராதாஸும் பூசாரியும் வருகிறார்கள்.)

தாராதாஸ் : கோவில் பாத்திரங்கள் சிலதைக் காணோம்.

ஜீவானந்தன் : காணாம போச்சுன்னாப் புதுசு வாங்குங்க.

(ஏக்கடி பரபரப்போடு உள்ளே வருகிறான்.)

ஏக்கடி : கேட்டீங்களா, ஐயா? நெருப்பு வச்சது சாகர் சர்தார்தான்! அன்னிக்கு ராத்திரி அவனும் இன்னும் ரெண்டு பேரும் இந்தப்பக்கம் சுத்திக்கிட்டு இருந்ததைச் சில பேர் பார்த் திருக்காங்க. நான் போலீசுக்குத் தகவல் கொடுத்திருக்கேன், இதோ வந்துரும்... இந்த

பூமிஜ சாதிக்காரங்க எல்லாரையும் இந்தக் குத்தத்துக்காக அந்தமானுக்கு அனுப்பல் லேன்னா நான் ஏக்கடி நந்தி இல்லே- ஐயாகிட்டே நான் இவ்வளவு காலம் வேலை பார்த்தது வீண்!

ஜீவானந்தன் : (புன்சிரிப்புடன்) அப்படீன்னா நீயும் அவங் களோடே போகவேண்டியதுதான்! ஜமீந்தார் குமாஸ்தா வேலையிலே நீ எவ்வளவு பேரோட வீட்டுக்கு நெருப்பு வச்சிருக்கே!... இவங்க நெருப்பு வச்சதை யாரும் பார்க்கல்லே. வெறும் சந்தேகத்தின் பேரிலே இவங்களை அந்தமானுக்கு அனுப்பறதுன்னா, நிசமாவே தீ வச்ச ஒனக்கு அந்தத் தண்டனை கிடைக்க வேண்டாமா?

ஏக்கடி : (முதலில் திகைத்து, பிறகு வறண்ட சிரிப்புடன்) நீங்கதான் எனக்குத் தாய் தகப்பன் எல்லாம்! நாங்க தலைமுறை தலைமுறையா ஒங்க அடிமைங்க. நீங்க உத்தரவு கொடுத்தா ஜெயில் என்ன, தூக்கிலே தொங்கறதும் எங்களுக்குப் பெருமை தான்!

ஜீவானந்தன் : எரிஞ்சு போன பொருள் திரும்பி வரப் போறதில்லே. ஆனா இப்போ போலீசோடே சேர்ந்துக்கிட்டு ஒரு கலகத்தைக் கிளப்பி விட்டு அதிலே ரெண்டு காசு சம்பாதிக் கலாம்னு நீ பார்த்தா என்னோட நஷ்டம் ஜாஸ்திதான் ஆகும், ஏக்கடி.

பூசாரி : கொத்தனார் ஒரு புகாரோடே வந்திருக்கார், ஐயா

ஜீவானந்தன் : என்ன புகார்?

பூசாரி : கோவிலைப் பழுதுபார்க்கறபோது அவருக்கு எஸ்டிமேட்டுக்கு மேலே அதிகமாச் செல வாயிடுச்சு. அதுக்கு நஷ்டஈடு கொடுக்கறதா அம்மா சொல்லிருந்தாங்க... நான்கூட அப்போ இருந்தேன்.

ஜீவானந்தன் : அப்படீன்னா கொடுக்க வேண்டியதுதானே?

(தாராதாஸைக் காட்டி) இவர் சொல்றாரு! நஷ்டஈடு கொடுக்கறதாச் சொன்னவங்கிட்டே போய் வாங்கிக்கன்னு...

(ஜீவானந்தன் கோபத்தோடு தாராதாஸைப் பார்க்கிறான்.)

தாராதாஸ் : (தயக்கத்தோடு) ஏகப்பட்ட காசுங்க?

ஜீவானந்தன் : ஏகப்பட்ட காசாயிருந்தா என்ன? கொடேன்!

தாராதாஸ் : அது நியாயமான செலவான்னு...

ஜீவானந்தன் : இதோ பாரு, தாராதாஸ்! ஒன்னோட போக்கிரித்தனத்தைக் காட்டாதே! ஷோடசியோட காரியம் நியாயமா அநியாயமான்னு தீர்மானம் செய்யற பொறுப்பு ஒனக்கில்லே. அவங்க என்ன சொல்லியிருக்காங்களோ அதன்படி செய். (பூசாரியிடம்) கொத்தனார் இருக்காரா?

பூசாரி : ஆமாங்க.

ஜீவானந்தன் : சரி, வா, நானே கணக்கைத் தீர்க்கறேன்.

(ஏக்கடியைத் தவிர மற்றவர்கள் போகிறார்கள், சிரோமணியும் ஜனார்த்தன் ராயும் வருகிறார்கள்.)

ஜனார்த்தன் : பாபு எங்கே போயிருக்கார்?

ஏக்கடி : (எரிச்சலோடு) யாரு கண்டாங்க!

ஜனார்த்தன் : என்னப்பா இப்படிச் சொல்றே? போலீசுக்குத் தகவல் கொடுத்திருக்கற விஷயத்தை அவர் கிட்ட சொன்னியா?

ஏக்கடி : முடிஞ்சா நீங்களே சொல்லுங்களேன்!

ஜனார்த்தன் : ஏக்கடி, என்னப்பா விஷயம்?

ஏக்கடி : விஷயம் என்னன்னே புரியல்லீங்க. அவரோட மனசு எப்படியிருக்கு, என்ன பேசுறாரு- ஒண்ணுமே புரியல்லே, தாராதாஸை அடிக்கப் போயிட்டாரு, என்னை ஜெயிலுக்கு அனுப்புவாராம்...

சிரோமணி : மிதமிஞ்சிக் குடிச்சதோட பலன். ஜமீந்தார் இப்பவே திரும்பி வந்துடுவாரா?

ஏக்கடி : ராய்பாபு, பொய்க் குத்தஞ்சாட்டி சாகர் மேலே போலீசுக்கு புகார் பண்றதெல்லாம் நடக்காது, ஆமா!

ஜனார்த்தன் : பொய்க் குத்தம் எப்படிப்பா? கண்ணாலே நேரே பார்த்த மாதிரிதான்.

சிரோமணி : ஆமா, ஆமா!

ஏக்கடி : சரி, ஐயாகிட்டே சொல்லிப் பாருங்களேன்!

ஜனார்த்தன் : ஆமா, சொல்லத்தான் போறேன்! இல்லாட்டி என்னைக் குடும்பத்தோடே எரிச்சுப் பொசுக்கிடு வாங்க! ஷோடசியை விரட்டற முயற்சியிலே நானும் சேர்ந்தவன்தானே!

சிரோமணி : என்னைப் பத்தியும் அவங்களுக்குத் தெரியுமே!

ஜனார்த்தன் : இவ்வளவு பெரிய ஜமீந்தார் வீட்டிலே நெருப்பு வச்சவங்க எதுதான் செய்ய மாட்டாங்க?

ஏக்கடி : அதுதான் நானும் நினைக்கறேன்.

ஜனார்த்தன் : நினைக்கறதை அப்புறம் வச்சுக்க. இப்போ முதல்லே காரியத்தைப் பாரு. ஜமீந்தார் கிட்டே, அவங்களுக்கு சலுகை கிடைச்சா நம்மையெல்லாம் வீட்டுக்குள்ளேயே வச்சுக் கிழங்கு மாதிரி வேக வச்சுடுவாங்க.

சிரோமணி : தடிப்பயலுகள் குருவைக் கூடன்னா லட்சியம் பண்ண மாட்டேங்கறாங்க... கொள்ளைக்கார சாதிதானே! பிரம்மஹத்தி கூட செஞ்சுடு வாங்க! (நடுங்குகிறார்)

ஜனார்த்தன் : வீட்டை மட்டுமா எரிப்பாங்க? என்னோட நெல் களஞ்சியம், வைக்கப்போரு எல்லாத் தையும்...

சிரோமணி : நான் கொஞ்ச நாளைக்கு ஊரைவிட்டுப் போயி சிஷ்யங்க வீட்டிலே இருந்துட்டு வரவா?

ஜனார்த்தன் : நீங்க போயிடலாம். எனக்கு சிஷ்யங்க கிடையாதே! நான் எங்கேயாவது போனாலும்

நெல் களஞ்சியத்தையும் வைக்கப் போரையும் தூக்கிக்கிட்டுப் போக முடியாது!

சிரோமணி : முடியாதுதான். அதுகள் போனாப் போனது தான், மறுபடி வராது... இந்தக் காலத்திலே சிஷ்யங்களுக்குக் கூட முந்தி மாதிரி மனசு எங்கேயிருக்கு?

ஏக்கடி : நாலு பக்கமும் பலமாக் காவல் வைங்க.

ஜனார்த்தன் : அது வச்சுத்தான் இருக்கேன்... ஆனா நீங்க மட்டும் குறைச்சலாவா காவல் வச்சிருந்தீங்க இங்கே?

ஏக்கடி : இன்னொரு செய்தி கேட்டீங்களா?... குடிகள் நேத்திக்குப் போய்க் கோர்ட்டிலே புகார் செஞ்சுட்டு வந்துருக்காங்க. அவங்களோட ஓலத்தைக் கேட்டு மாஜிஸ்டிரேட்டே நேரே வாராறாம், விசாரணை செய்ய!

ஜனார்த்தன் : என்னப்பா சொல்றே நீ? சண்டிகர்லே இருந்துக்கிட்டு ஜமீந்தார் மேலேயும் என் மேலேயும் புகாரா?

சிரோமணி : ஜனார்த்தன், சிஷ்யங்க கூப்பிடறபோது நான் போகாமே இருக்கக்கூடாது!

ஏக்கடி : இவங்க திமிரைப் பாருங்களேன்! வாழ்க்கையிலே ஒரு நாள் கூட வயிறு நிறைய சாப்பிடாத வங்க, குளிர் காலத்து ராத்திரியை ஒக்காந்த வாக்கிலே கழிக்கறவங்க, ஊரிலே தொத்து வியாதி பரவினா நாய் பூனை மாதிரி சாகறவங்க...

ஜனார்த்தன் : விதைப்புக் காலத்திலே ஒரு கை விதைக்காக என் வீட்டு வாசல்லே பழிகிடக்கறவங்க...

ஏக்கடி : இப்படிப்பட்ட நன்றி கெட்ட தடியங்களுக்கு கோர்ட்டுக்குப் போகக் காசு எங்கே கிடைச்சது? இந்தக் கெட்ட புத்தியை அவங்களுக்கு கொடுத்தது யாரு?

ஜனார்த்தன் : ஜில்லாக் கோர்ட்டுக்கு மேலே ஹை கோர்ட்டுன்னு ஒண்ணும் இருக்கு. அங்கே ஜீவானந்த சௌதுரியையும் ஜனார்த்தன்

ராயையும் மீறி சாகர் சர்கார் மாதிரி ஆளுங்க ஒண்ணும் செய்ய முடியாதுங்கற உண்மை இவங்களுக்கு ஏன் புரியல்லே?

ஏக்கடி : நீங்க சொல்றது நூத்திலே ஒரு வார்த்தை! காசு யார்கிட்டே இருக்கோ அவனுக்குத் தான் வழக்கிலே வெற்றி. ஓங்ககிட்டே பணம் இருக்கு, வக்கீல் பாரிஸ்டர் இருக்காங்க. அவங்க புகார் பண்ணிக்கட்டுமே, ஒங்களுக் கென்ன கவலை?

ஜனார்த்தன் : (கவலையோடு) அதுக்கில்லப்பா ஏக்கடி, வெறும் நில விற்பனை சமாசாரமாயிருந்தாப் பரவாயில்லை... (ஜாடை காட்டி) வேறு பல காரியங்கள் செஞ்சிருக்கோமே, கிரிமினல் சட்டப்படி அதுக்கெல்லாம் தண்டனை கொடுக்கறதானா...

ஏக்கடி : அது எனக்குத் தெரியும். ஆனா இந்த சின்ன சாதிப் பசங்களுக்கு மாஜிஸ்டிரேட் இடங் கொடுத்தாத்தானே!

ஜனார்த்தன் : ஒண்ணும் நிச்சயமாச் சொல்ல முடியாதுப்பா... இதை ஒன் எசமான்கிட்டே எடுத்துச் சொல்லு. நாங்க வரோம்.

ஏக்கடி : சரி... நானும் இதுக்குள்ளே இன்னொரு காரியத்தை முடிச்சு வைக்கறேன்.

(ஏக்கடி, சிரோமணி, ஜனார்த்தன் போகிறார்கள். ஜீவானந்தனும் பிரபுல்லனும் பேசிக் கொண்டே வருகிறார்கள்.)

ஜீவானந்தன் : பிரபுல்லா, அது முடியாது! நம்ம கணக்குப் பிள்ளைகிட்டே வாய்க்கால் வெட்டறதுக்குப் பணமில்லேன்னா, இந்த வீட்டு ரிப்பேரை நிறுத்தி வைக்கட்டும்.

பிரபுல்லன் : அப்படியே ஆகட்டும்... நீங்க ஊருக்குத் திரும்புங்க.

ஜீவானந்தன் : மாட்டேன்!

பிரபுல்லன் : பின்னே இந்த விட்டிலே எப்படி இருப்பீங்க?

ஜீவானந்தன் : இப்போ இருக்கறமாதிரி இருக்கேன். எல்லாம் பழகிப் போயிடும். எவ்வளவோ பொறுத்துக்க முடியும் மனுஷனாலே.

பிரபுல்லன் : பொறுத்துக்கறதுக்கும் ஒரு எல்லை இருக்கு அண்ணா. ஒங்க ஒடம்பு திடீர்னு ரொம்பக் கெட்டுப் போயிடுச்சு. மழைக்காலம் வரப் போகுது. இந்த இடிஞ்ச வீட்டிலே இந்த ஒடம்போட நீங்க எப்படிக் காலந்தள்ள முடியும்? தயவுபண்ணி ஊருக்குக் கிளம்புங்க.

ஜீவானந்தன் : (சிரித்துவிட்டு) ஒடம்பைப் பத்திய தத்துவ விசாரணையை இன்னொரு நாள் வச்சுக் கலாம். இப்போ கணக்குப் பிள்ளைக்கு லெட்டர் எழுது, எனக்குப் பணம் உடனே வேணும்னு. குடிகள் வருஷா-வருஷம் வரி கொடுத்துட்டுச் சாகறாங்க. இந்தத் தடவை அவங்க சாகறதைத் தடுக்கறதுக்காக ஜமீந் தாரியே செத்துப் போறதுன்னாப் போகட்டும்!

(ஜனார்த்தன் ராய் வேகமாக வருகிறார்.)

ஜனார்த்தன் : நீங்களேயா, பாபு? நீங்களே உத்தரவு போட்டு...

ஜீவானந்தன் : என்ன உத்தரவு ராய் பாபு?

ஜனார்த்தன் : என்னோட குளக்கரை வேலியைப் பிடுங்கி யெறிஞ்சுட்டு கோவில் நிலத்தோட சேர்த்துடச் சொன்னீங்களாமே!

ஜீவானந்தன் : எந்த இடத்தைச் சொல்றீங்க? இருபது வருஷத்துக்கு முன்னாலே கோவிலோட மாட்டுத் தொழுவம் இருந்த இடத்தையா?

ஜனார்த்தன் : எனக்கு அதெல்லாம் தெரியாது...

ஜீவானந்தன் : ரொம்ப நாளாச்சு இல்லையா?... அதனாலே பல அலுவல்களுக்கு நடுவிலே மறந்திட்டீங்க போலிருக்கு...

ஜனார்த்தன் : (கோபத்தை அடக்கிக் கொண்டு) இதைச் செய்யறதுக்கு முன்னாலே நீங்க எனக்கு ஒரு தகவல் அனுப்பிச்சிருக்கலாமே!

ஜீவானந்தன் : அதனாலென்ன குடிமுழுகிப் போச்சு! ஒங்களுக்கு சேதி கிடைக்காமே போகுமா? அரைமணி தாமதமாக் கிடைக்கும், அவ்வளவு தானே!

ஜனார்த்தன் : அதுக்கில்லே, முன்னாலேயே தெரிஞ்சுக் கிட்டா கோர்ட்டு, வழக்கு இதெல்லாம் வராதே!

ஜீவானந்தன் : இதைத் தடுக்கறது சரியில்லே, ராய் பாபு! பழைய பைரவிகளாலே நிறைய கோவில் சொத்து பிறர் கைக்கு மாறிப் போயிடுச்சு. இப்போ அதெல்லாம் கோவிலுக்குத் திரும்பக் கிடைக்கணும்!

ஜனார்த்தன் : (வறண்ட சிரிப்புடன்) இதை விட நல்ல காரியம் என்ன இருக்க முடியும், ஜமீந்தார் பாபு!... ஒரு காலத்திலே இந்தக் கிராமம் பூராவே கோவிலுக்கு சொந்தமாயிருந்ததாக் கேள்வி. ஆனா இப்போ...

ஜீவானந்தன் : ஜமீந்தார் கைக்குப் போயிடுச்சு, இல்லையா? அது உண்மைதான்! அந்தத் தவறையும் சரிபண்ணப் போறேன், ராய் பாபு. கோவில் சம்பந்தப்பட்ட தஸ்தாவேஜு, வரைபடம் எல்லாத்தையும் ஆராய்ந்து பார்க்கச் சொல்லிக் கல்கத்தா அட்டர்னிக்கு அனுப்பியிருக்கேன். ஆனா நான் மட்டும் தனியா எவ்வளவு செய்ய முடியும்? நீங்களெல்லாரும் எனக்கு ஒத்தாசையா இருக்கணும்!

ஜனார்த்தன் : அதுக்கென்ன ஜமீந்தார் பாபு! நாங்க காலங்காலமா ஒங்களோட அடிமைகள் தானே!

(ஜனார்த்தன் ராய் போகிறார். ஜீவானந்தன் புன்சிரிப்போடு மௌனமாக அவரைப் பார்த்துக் கொண்டு நிற்கிறான்.)

பிரபுல்லன் : அண்ணா, கடைசியிலே யுத்தகாண்டமே நடத்தப் போறீங்களா?

ஜீவானந்தன் : அதுவே வந்துட்டா நல்லதுதானே! ஒரு காலத்திலே அதுக்காக தேவர்கள் தவம் பண்ண வேண்டியிருந்தது...

பிரபுல்லன் : தேவர்கள் தவம் செய்யலாந்தான். இலங்கைக்கு வெளியே இருந்துக்கிட்டுத் தவம் பண்ணினாப் புண்ணியமும் கிடைக்கும். கவலைக்கும் இடமில்லே. ஆனா இலங்கையிலேயே இருந்துக்கிட்டு யுத்தம் வரணும்னு தவம் பண்றவங்களை அதிருஷ்டக்காரங்கன்னு சொல்லமுடியாது. நீங்க இங்கே வந்த திலேருந்து கிராமத்து ஜனங்களோடே சண்டை போட்டுக்கிட்டு இருக்கறதாலே ஒங்களுக்குக் கௌரவமும் இல்லே, லாபமும் இல்லே. நிறைய வேலை செஞ்சுட்டீங்க, போதும். இப்போ ஊருக்குத் திரும்பிப் போங்க.

ஜீவானந்தன் : உரிய காலத்திலே போவேன்.

பிரபுல்லன் : அப்பாடா! நீங்க போகப்போறதா உத்தேச மாகவாவது சொன்னீங்க, ஆனா நான் எப்போ போவேன்னு எனக்கே தெரியல்லே.

(ஏக்கடி வருகிறான்.)

ஏக்கடி : கொத்தனார் வந்திருக்கார். வாய்க்கால் எங்கேயிருந்து தொடங்கணும்னு தெரியணு மாம்.

ஜீவானந்தன் : பிரபுல்லா, வா, வயல்பக்கம் போய் நேரிலேயே காண்பிச்சுட்டு வரலாம்.

பிரபுல்லன் : சரி, வாங்க.

(ஜனார்த்தனும் பிரபுல்லனும் போகிறார்கள். வேறு பக்கத்திலிருந்து சிரோமணியும் ஜனார்த்தன் ராயும் வருகிறார்கள்.)

ஜனார்த்தன் : ஏக்கடி, பாபு எங்கே?

ஏக்கடி : கொத்தனாரைக்கூட்டிக்கிட்டுப்போயிருக்கார். வாய்க்கால் வெட்டப் போறாராம்.

ஜனார்த்தன் : கிறுக்குத்தனந்தான்!

சிரோமணி : கள்ளு ரொம்பக் குடிச்சதாலே புத்தி பிசகிப் போச்சு.

ஏக்கடி : வர்ற சனிக்கிழமை... மாஜிஸ்டிரேட் நேரடியா விசாரணை பண்ண வரார். இந்தச் சின்னச் சாதிப் பயல்களுக்குப் பணமும் கொடுத்து யோசனையும் சொல்லிக் கொடுக்கறவங்க யாருன்னு புரியல்லே. ஆனா ஒரு விஷயம் தெரிஞ்சுக்கிட்டேன், அவங்க ஜமீந்தார் பாபுவை சாட்சி சொல்லக் கூப்பிட்டா அவர் ஒண்ணையும் மறைக்கமாட்டாராம். பொய்த் தஸ்தாவேஜு தயாரான விஷயத்தைக் கூடச் சொல்லிடுவாராம்!

ஜனார்த்தன் : (புன்சிரிப்போடு) எனக்கென்ன வயசாச்சு தெரியுமா, ஏக்கடி! சண்டிகர் ஜனார்த்தன் ராயை இந்த மாதிரி தந்திரம் செஞ்சு கவுத்திட முடியாது! (சற்று நேரம் சும்மா இருந்து விட்டு) ஓங்கிட்டே மாட்டிக்கிட்டிருக்கேன். இப்போ, அது புரியுது. என்னைப் பயமுறுத்தி நாலு காசு பண்ணப் பார்க்கறே! பண்ணிக்கோ, பரவாயில்லே. ஆனா கொஞ்சம் நிதானமாயிரு!

ஏக்கடி : நான் சொல்லறது உண்மைதாங்க, ராய் பாபு!

ஜனார்த்தன் : நீ பேசறது உண்மைதான், சந்தேகமென்ன? ஏக்கடி நந்தி என்னிக்காவது பொய் சொல்லியிருக்காரா? அதிருக்கட்டும். எனக்கு ஒரு நூறு பீகா நிலம் கையை விட்டுப் போகும். ஆனா ஜமீந்தாருக்கு எவ்வளவு நஷ்டமாகுங் கறதை அவர் யோசித்துப் பார்த்தாரா? பார்க்கல்லேன்னா அவருக்கு விளக்கிச் சொல்லு! அதுக்கப்புறம் என் கையை முறுக்கலாம்.

ஏக்கடி : நிலம் கையை விட்டுப் போறதைப் பத்தி இப்போ பேச்சில்லை ராய் பாபு, போலி தஸ்தாவேஜு தயார் செஞ்சதைப் பத்திச் சொல்றேன். அவரைக் கூப்பிட்டுக் கேட்டா எல்லா உண்மையையும் சொல்லிடுவாராம்.

ஜனார்த்தன் : இதுக்கென்ன காரணம்? ஜெயிலுக்குப் போக ஆசையாயிருக்காமா? ஜெயிலுக்குப்

போறதுன்னா இந்த ஜனார்த்தன் ராய் மட்டுமில்லே ஜமீந்தார் பாபுவுந்தான் போக வேண்டியிருக்கும்னு அவர்கிட்டே சொல்லு!

ஏக்கடி : அதை நீங்களே அவர்கிட்டே சொல்லுங்களேன்!

ஜனார்த்தன் : சொல்லத்தான் போறேன்! நல்லாச் சொல்லப் போறேன்! துரைகிட்டே நல்ல பேர் வாங்கப் பார்க்கறாரா? கையிலே விலங்கு ஏறும்! (கையில் விலங்கு ஏறுவதை செய்கையில் காட்டுகிறார்.)

ஏக்கடி : என்னவோ செஞ்சுக்கங்க! இது ஒங்களோட விவகாரம்!

ஜனார்த்தன் : திரு. ஏக்கடி நந்தி அவர்களே... நீங்க மட்டும் தப்பிச்சுக்குவீங்களா?... வீடு எரிஞ்ச போதே நினைச்சேன், உள்ளூர ஏதோ சதி நடக்குதுன்னு!... நான் ரொம்ப சாதுன்னு நினைச்சுக்காதே அப்பா, அப்புறம் நீதான் தலையிலே கை வச்சுக்குவே!... நான் நிர்மலை இங்கேயே நிறுத்தி வச்சிருக்கேன்... அவன் ஒங்களுக்கு நல்லாப் பாடம் கத்துக் கொடுப்பான்!

ஏக்கடி : என்மேலே வீணா கோவிச்சுக்கிறீங்க, ராய் பாபு. நான் கேள்விப் பட்டதைத்தான் சொன்னேன். ஜமீந்தார் பாபு வயல்லேதான் நின்னுக்கிட்டிருக்காரு... ஒங்களுக்கு சந்தேகமாயிருந்தா அவரையே கேட்டுப் பாருங்களேன்!

ஜனார்த்தன் : அப்படியே செய்யறேன் சிரோமணிப் பெரியவரே, வரீங்களா?

சிரோமணி : வரேன். எனக்கென்ன பயம்?

(இரண்டடி சென்று பிறகு ஏக்கடியிடம் திரும்பி)

- பாபு ரொம்பக் குடிச்சிருக்கல்லியே? குடிச்சிருந்தா அப்புறமா...

ஏக்கடி : அவர் இப்போ குடிக்கறதில்லே. சட்டென்று குரலைத் தாழ்த்தி) நீங்க போகவே வேண்டாம். ஐயாவே வரார்.

(ஜீவானந்தனும் பிரபுல்லனும் ஏதோ விவாதித்துக் கொண்டே வருகிறார்கள்.)

ஜனார்த்தன் : (ஜீவானந்தனுக்கு அருகில் போய், கவலையோடு) *பாபு, கொஞ்சம் யோசிச்சுப் பாருங்க.*

ஜீவானந்தன் : *என்னத்தை யோசிக்கணும், ராய் பாபு?*

ஜனார்த்தன் : *நிலம் வித்த விஷயத்தை விசாரணை பண்ண மாஜிஸ்டிரேட் நேரே வராறாம். வழக்கு நடக்கும் போலே இருக்கு. ஆனா நீங்க...*

ஜீவானந்தன் : *வேறே வழியில்லே ராய் பாபு. சீனித் தொழிற் சாலை முதலாளி நிலத்தைத் திருப்பிக் கொடுக்க மாட்டேங்கறான். மலிவா வாங்கின நிலமாச்சே! வழக்கு வரத்தான் போகுது. வழக்கிலே ஜயிச்சாத் தான் குடிமக்களுக்கு நிலம் திரும்பக் கிடைக்கும்!*

ஜனார்த்தன் : (கவலையோடு) *அப்போ நமக்கென்ன வழி?*

ஜீவானந்தன் : (சற்று யோசித்து) *ஆமா, நம்ம வழி ரொம்ப சிக்கலாத்தான் ஆயிடுச்சு.*

ஜனார்த்தன் : (பரிதாபமாக) *அப்படீன்னா ஏக்கடி சொன்ன தெல்லாம் உண்மைதான்... ஆனா பாபு, வழி சிக்கல் மட்டுமில்லே, ஜெயிலுக்கும் கொண்டு போயிடும்! என்னை மட்டுமில்லே, ஒங்களை யுங்கூடத்தான்!*

ஜீவானந்தன் : (புன்சிரிப்போடு) *அதுக்கு என்ன செய்யறது ராய் பாபு? ஆசையா செடியை நட்டோம்; வளர்ந்த மரத்தோட பழத்தைத் திங்கத்தானே வேணும்!*

ஜனார்த்தன் : (கத்துகிறார்) *ஏக்கடி. இவரு நம்மை நாசம் பண்ணிடுவார்!*

(ஜனார்த்தன் ராய் புயல் போல் வெளியேறுகிறார். அவருக்குப் பின்னால் ஏக்கடி போகிறார். திரை மறைவில் சந்தடி சத்தங்கள்.)

ஜீவானந்தன் : (சிறிது நேரம் அசையாமல் நின்றுவிட்டு) *அங்கே யாரு போறாங்க, பிரபுல்லா?*

பிரபுல்லன் : *வாய்க்கால் வெட்டின கூலியாளுங்க.*

ஜீவானந்தன் : அவங்களைக் கூப்பிடு. இன்னிக்கு எவ்வளவு வேலை நடந்திருக்குன்னு கேக்கலாம். (தானே முன்னே போய்) ஏய் கங்காணி, இங்கே வா!

(கூலிகள்-ஆண்களும் பெண்களும்-வருகிறார்கள்)

கங்காணி : கூப்பிட்டீங்களாய்யா?

ஜீவானந்தன் : எங்கே போறீங்க?

கங்காணி : சோறு சாப்பிட.

ஜீவானந்தன் : மழை தொடங்கறதுக்குள்ளே வாய்க்கால் வேலை முடிஞ்சுடணும்!

கங்காணி : முடிஞ்சுடும், முடிஞ்சுடும், கவலைப்படாதீங்க!

(கூலிகள் போகிறார்கள். நிர்மல் பாபு வருகிறார்.)

ஜீவானந்தன் : வாங்க, வாங்க, நிர்மல் பாபு!

நிர்மல் : (வணங்கி) ஒங்ககிட்டே எனக்குக் கொஞ்சம் வேலை இருக்கு.

ஜீவானந்தன் : இன்னொரு நாள் பார்த்துக்கலாமே!

நிர்மல் : இல்லே, ரொம்ப அவசரமான காரியம்...

ஜீவானந்தன் : வெட்டி வேலை பார்க்கறதுக்காக ஒங்களை நிறுத்தி வச்சிருக்காங்க. ஒங்க நேரத்தை வீணாக்கலாமா?... சரி, சொல்லுங்க.

நிர்மல் : ஜனங்க வெட்டிவேலை செய்யறதாலே தான் என் மாதிரி வக்கீல்கள் தேவைப்படறாங்க, சௌதுரி பாபு.

ஜீவானந்தன் : ஆனா நிர்மல் பாபு, நல்ல வேலை எது, வெட்டி வேலை எதுங்கறதைப் பத்தி ஜனங்கள் கிட்டே கருத்து வேற்றுமை இருக்கலாமே! ராய்பாபு நாசமாப் போகணுங் கறது என் ஆசையில்லே. ஒங்க நோக்கம் நிறைவேறினா எனக்கு மகிழ்ச்சிதான். ஆனா நான் என் கடமையை முடிவு பண்ணிட்டேன், அதிலேருந்து நகரப் போகிறதில்லே.

நிர்மல் : நீங்க எல்லாத்தையும் ஒப்புத்துக்கப் போறீங் களா?

ஜீவானந்தன் : ஆமா.

நிர்மல் : இதன் விளைவாக ஒங்களுக்கு மட்டும் தண்டனை கிடைக்க, மத்த பேரெல்லாம் தப்பிச்சுக்கிட்டா?

ஜீவானந்தன் : அது சாத்தியந்தான். ஆனா அதைப் பத்தி எனக்குக் கவலையில்லே. நான் செஞ்ச காரியத்துக்குப் பலனை நான் அனுபவிச்சாலே போதும் எனக்கு. ராய்பாபு தண்டனை யிலேருந்து தப்பிச்சுக்கிட்டு ஆனந்தமா இருக்கட்டும். ஏக்கடி நந்தியும் வேறே யார் கிட்டேயாவது குமாஸ்தா வேலை செஞ்சுக் கிட்டு மேன்மேலும் வளமா வாழட்டும்- எனக்கு அதிலே ஒரு ஆட்சேபமும் இல்லே.

நிர்மல் : தன்னைக் காப்பாத்திக்க முயற்சி பண்ண எல்லாருக்கும் உரிமையுண்டு. என் மாமனாரும் முயற்சி செய்வார். நீங்களே ஜமீந்தார். ஆகையாலே கோர்ட்டு, வழக்கு இதைப் பத்தியெல்லாம் ஒங்களுக்கு நான் சொல்ல வேண்டியதில்லே, கடைசியிலே விஷத்தாலே விஷத்தை முறிக்க வேண்டிய நிலைமையும் ஏற்படலாம்.

ஜீவானந்தன் : விஷத்தை முறிக்கிற வைத்தியர் தஸ்தாவேஜு தகடுதத்தம் பண்ணின விஷத்தை முறிக்கக் கொலைங்கற விஷத்தைப் பயன்படுத்தப் போறாரோ?

நிர்மல் : (கோபத்தையடக்கிக் கொண்டு) ஒருத்தருக்கும் தண்டனை ஏற்படாமே, அதே சமயத்திலே யாருக்கும் நஷ்டம் வராமே இருக்கும்படியாக ஒரு வழி கண்டுபிடிக்கக்கூடாதா?

ஜீவானந்தன் : அப்படி ஒரு வழி கிடைச்சா நல்லதுதான். ஆனா நான் நல்லா யோசனை பண்ணிப் பார்த்துட்டேன். அந்த மாதிரி வழியே இல்லே. குடிமக்கள் அவங்க நிலத்தை விட்டுக் கொடுக்க மாட்டாங்க. அதுவே அவங்களோட வாழ்க்கைக்கு ஒரே ஆதாரம்

மட்டுமில்லே; தலைமுறை தலைமுறையா அவங்க விவசாயம் பண்ணின நிலம் அது. அவங்களோட நாடி நரம்புகளோடே ஒன்றிப் போயிருக்கு அந்த நிலம். (சற்று மௌனத்துக்குப் பின்) ஒங்களுக்கு நல்லாத் தெரியும், நிர்மல் பாபு. பலமானவர்களை யாரும் கொடுமைப் படுத்த முடியாது. ஏழைக்குடிகள்தான் வலுவில்லாதவங்க. அவங்களைத்தான் கொடுமைப்படுத்தலாம். இதுதான் நடந்துக் கிட்டிருக்கு ரொம்பக்காலமா. நான் இதை இனிமேல் அனுமதிக்கமாட்டேன்!

நிர்மல் : ஒங்க ஜமீந்தாரி ரொம்பப் பெரிசு. அதுக் குள்ளே வேறே எங்கேயாவது இந்தக் குடிகளுக்கு நிலம் கொடுக்கலாமே!

ஜீவானந்தன் : இல்லே இல்லே. இந்த சண்டிகர் நிலத்தைத் தான் அவங்களுக்குத் திருப்பிக் கொடுக்கணும்! நான் அவங்ககிட்டேருந்து அநியாயமாப் பணம் வசூல் பண்ணினேன். அதுக்காக அவங்களுக்குக் கடன் கொடுத்திருக்கார் ஜனார்த்தன்ராய். நான் பட்ட கடனை நான்தான் அடைக்கணும். இன்னொரு விஷயம் என்னைக் குத்திக்கிட்டேயிருக்கு... அதைப் பத்தி இப்போ பேச வேண்டாம்... நான் முடிவு பண்ணிட்டேன். அனாவசியப் பேச்சு வேண்டாம்!

(ஜீவானந்தன் போகிறான். திகைத்துப் போய் அவன் சென்ற பக்கம் பார்த்தவாறு நிற்கிறார் நிர்மல்பாபு. பக்கிரி சாயபு வருகை.)

பக்கிரிசாயபு : மருமகப்பிள்ளையா? சலாம்!... பாபு எங்கே?

நிர்மல் : (வணங்கி) தெரியாது பக்கிரி சாயபு. எனக்கு ஷோடசியை அவசியம் பார்க்கணும்! அவங்க எங்கே?

பக்கிரிசாயபு : ஒங்ககிட்டே சொல்ல எனக்கு ஆட்சேப மில்லே. ஏன்னா எல்லாரும் ஒண்ணு சேர்ந்துக்கிட்டு அவளுக்கு எதிரா நின்ன

		போது நீங்க ஒருத்தர்தான் அவங்களுக்கு ஆதரவுக் கொடுத்தீங்க.
நிர்மல்	:	ஆனா இப்போ நிலைமை தலைகீழா மாறிடுச்சு பக்கிரி சாயபு. இப்போ நிலைமைய யாராவது சரி பண்ண முடியும்னா அது ஷோடசி ஒருத்தர்தான். இப்போ அவங்க எங்கே இருக்காங்க?
பக்கிரி	:	சைவால்திகி தொழுநோய் நிலையத்துலே...
நிர்மல்	:	தொழுநோய் நிலையத்துலேயா? சௌக்கியமா இருக்காங்களா?
பக்கிரி	:	(புன்சிரிப்புடன்) சரியாப் போச்சு! பெண் பிள்ளைங்க சௌக்கியமா இருக்காங்களான்னு தேவதைகளாலே கூடச்சொல்ல முடியாது. சன்னியாசியான எனக்கென்ன தெரியும்? அமைதியாத்தான் இருக்காங்கன்னு தோணுது.
நிர்மல்	:	இப்போ நீங்க எங்கே வந்தீங்க?
பக்கிரி	:	ஜமீந்தார் எனக்கு இந்த லெட்டர் அனுப்பி யிருந்தார். அதைப் படிச்சுட்டு அவரைப் பார்க்க வந்தேன். இதை நீங்களும் படிக்கறது அவசியம். இந்தாங்க, படியுங்க...
நிர்மல்	:	ஜமீந்தாரோட லெட்டரா? நான் தொட மாட்டேன் அதை. வேணும்னா நீங்களே படிச்சுக்காட்டுங்க.
பக்கிரி	:	படிக்க வேண்டிய அவசியம் இருக்கு. படிக்கறேன், கேளுங்க.
		(மெதுவாகப் படிக்கிறார். கேட்கக் கேட்க நிர்மல் பாபுவின் முகத்தில் சந்தேகம், வியப்பு, பிறகு கடுமை தோன்றுகிறது.)

கடிதம்:

"பக்கிரிசாயபு,

ஷோடசியின் உண்மைப் பெயர் அளகா. அவள் என் மனைவி. உங்கள் தொழுநோய் நிலையம் சிறப்பாக நடைபெறட்டும். ஆனால் அவளைக்

கொண்டு இழிவான வேலைகளைச் செய்ய வேண்டாம். நீங்கள் நிலையத்தை அமைத்துள்ள நிலம் என்னுடையதல்ல. ஆனால் அதையடுத்துள்ள சைவால்திகி கிராமம் என் ஜமீந்தாரிக்கு உட்பட்டது. அதன் வருஷ வருமானம் சுமார் ஐயாயிரம் ரூபாய். எனக்கு உங்களைத் தெரியும். ஆனால் உங்கள் காலத்துக்குப் பின் ஷோடசி அனாதையாகி விடக்கூடாதென்பதற்காக அந்த கிராமத்தை உங்கள் நிலையத்துக்காக அவளுக்குத் தருகிறேன். நீங்களே ஒரு காலத்தில் வக்கீல் தொழில் செய்தவர். ஆகவே இந்தத் தானத்தைப் பதிவு செய்வதற்கான ஏற்பாடுகளைச் செய்து காகிதங்களை என்னிடம் கையெழுத்துக்கு அனுப்புங்கள். பதிவுச் செலவையும் நானே தருகிறேன்.

இப்படிக்கு
ஜீவானந்த சௌதுரி"

– (நிர்மல் பாபுவின் முகபாவத்தைக் கவனித்து) *இந்த ஒலகத்திலே எப்படிப்பட்ட ஆச்சரியங்கள் நடக்குது பாருங்க!*

நிர்மல் : (பெருமூச்சு விட்டு, தலையசைத்து) *ஆனா இதெல்லாம் உண்மைங்கறதுக்கு சாட்சியம் என்ன?*

பக்கிரி : *இது உண்மையில்லேன்னா, தானத்தை ஏத்துக்கறதுக்கு ஷோடசியைக் கூட்டிக் கிட்டு வந்துருக்க முடியாது என்னாலே.*

நிர்மல் : (பரபரப்போடு) *அவங்க வந்திருக்காங்களா? எங்கே இருக்காங்க?*

பக்கிரி : *என் குடிசையிலே.*

நிர்மல் : *எனக்கு இப்பவே அவங்களைப் பார்க்கணுமே!*

பக்கிரி : *வாங்க, போகலாம்,* (சிரித்துக் கொண்டு) *ஆனா இப்பவே இருட்டத் தொடங்கிடுச்சு. மறுபடி அவ ஒங்க கையைப் பிடிச்சக்கிட்டு வீட்டுக்குக் கூட்டிக்கிட்டு வர வேண்டாமே?*

(இருவரும் போகிறார்கள்.)

(திரைமறைவில் பலர் தணிந்த குரலில் பேசுவது கேட்கிறது. அதற்கிடையில் தெளிவாகக் கேட்கிறது பிரபுல்லனின் குரல் "ஜாக்கிரதையா? ஜாக்கிரதையா?... இடிச்சுடாதீங்க!" சிலர் ஜீவானந்தனைத் தூக்கிக் கொண்டு வந்து படுக்கையில் கிடத்துகிறார்கள். அவனுடைய கண்கள் மூடியிருக்கின்றன.)

பிரபுல்லன்	:	இப்போ எப்படி இருக்கு, அண்ணா?
ஜீவானந்தன்	:	ஒடம்பு நல்லாயில்லே... நான் பாலத்திலேருந்து கிழே விழுந்துட்டேனா?
பிரபுல்லன்	:	இல்லேண்ணா, நீங்க விழறதுக்குள்ளே நாங்க ஒங்களைப் பிடிச்சுக்கிட்டோம்... எவ்வளவு தடவை ஒங்களுக்குச் சொல்லியிருக்கேன், இந்த ஒடம்போடே இவ்வளவு வேலை செய்யாதீங்கன்னு... நீங்க கேக்கல்லே... இப்படி ஆபத்தை வரவழைச்சுட்டீங்களே!
ஜீவானந்தன்	:	(கண்களைத் திறந்து) இதுலே என்ன ஆபத்து, பிரபுல்லா? நான் போற வழிக்குப் புண்ணியம் இதுதான்! வாழ்க்கையிலே எனக்கு ஆதாரம் வேறே என்ன இருக்கு?

(ஏக்கடி ஒரு மருந்து போத்தலை எடுத்துக் கொண்டு அவசரமாக வருகிறான்.)

ஏக்கடி	:	(பிரபுல்லனிடம்) இதை ஐயாவுக்குக் கொடுங்க. வல்லப் டாக்டர் இதோ வந்துக்கிட்டிருக்கார்.
பிரபுல்லன்	:	அண்ணா, இந்த மருந்தைக் குடிங்க.
ஜீவானந்தன்	:	(கண்கள் மூடியவாறே) குடிக்கணுமா? சரி, கொடு. (குடித்துவிட்டு) எங்கேயோ எனக்கு ரொம்ப வலிக்குது, பிரபுல்லா. தாங்கமுடியாத வலி, ஆ!...
பிரபுல்லன்	:	ஏக்கடி, டாக்டர் வந்துட்டாரா, பாரு!
ஏக்கடி	:	இதோ போய்ப் பார்க்கறேன்!

(வேகமாக ஓடுகிறான்.)

ஜீவானந்தன்	:	ஓடியாடி என்ன பிரயோசனம், பிரபுல்லா? என்ன ஓடினாலும் இன்னிக்கு ஒங்களாலே என்னைப் பிடிக்க முடியாதுன்னு தோணுது எனக்கு.
பிரபுல்லன்	:	(அவனுக்கருகில் மண்டியிட்டு உட்கார்ந்து கொண்டு) இந்த மாதிரி எவ்வளவோ தடவை ஆயிருக்கு ஒங்களுக்கு, ஒவ்வொரு தடவையும் சொஸ்த மாயிடுச்சு... ஏன் இப்பமட்டும் இப்படிக் கவலைப்படறீங்க?

ஜீவானந்தன்	:	கவலையா? இல்லே, கவலைப்படல்லே. (சிறிது சிரித்து) எனக்கு ஒடம்புக்கு ரொம்பத் தடவை சீரியஸா வந்து பொழச்சேங்கறது உண்மைதான். ஆனா இந்தத் தடவை பொழைக்கமாட்டேங்கறதும் உண்மை தான்.

(ஏக்கடியும் வல்லப் டாக்டரும் வருகிறார்கள்.)

பிரபுல்லன்	:	வாங்க, டாக்டர் பாபு!
டாக்டர்	:	ஐயாவுக்கு ஒடம்பு சொகமில்லேன்னு கேட்டதும் ஓடி வந்தேன்... மருந்தைக் கொடுத் தீங்களா?
ஏக்கடி	:	அப்பவே கொடுத்தாச்சு!

(டாக்டர் ஜீவானந்தன் அருகில் உட்காந்து நாடியைப் பரிசோதிக்கிறார். அவரது முகத்தில் கலவரம். நிலைமை மோசம் என்பதைப் பிரபுல்லனுக்கு ஜாடையாகத் தெரிவிக்கிறார்)

ஏக்கடி	:	என்னங்க டாக்டர் பாபு? நல்ல வீரியமான மருந்து கொடுங்க! நாங்க ஒங்களுக்கு டபிள் பீஸ் தர்றோம்! நீங்க என்ன கேட்டாலும் கொடுக்கறோம்!
பிரபுல்லன்	:	அவ்வளவுதானா ஏக்கடி? நாம அதுக்கு மேலேயும் தருவோம்! என்னோட உசிர் கூடத் துச்சம்.
டாக்டர்	:	(மேலே பார்த்து) எல்லாம் பகவான் கையிலே தான் இருக்கு. பிரபுல்ல பாபு. நாமெல்லாம் வெறும் கருவிகள்தான். என்னோடே வாங்க நந்தி பாபு, ஒரு மிக்சர் தயார் செஞ்சு தரேன்.

(ஏக்கடியும் டாக்டரும் போகிறார்கள்)

ஜீவானந்தன்	:	கண்ணை மூடிக்கிட்டா என்னென்ன நினை வெல்லாம் வருது தெரியுமா, பிரபுல்லா? இது ஒரு ஆச்சரியமான ஒலகம்! இல்லாட்டி எனக்காகக் கண்ணீர் விட நீ எனக்கு எப்படிக் கிடைச்சிருப்பே?

பிரபுல்லன் : ஒங்களுக்குத் தெரியும் அண்ணா...

ஜீவானந்தன் : ஆமா, எனக்குத் தெரியும் ஒன்னைப்பத்தி... ஏக்கடிக்கு என்ன தெரியும், நீயும் அவன் மாதிரி ஒரு அயோக்கிய ஜமீந்தாரோட பணியாள்னுதான் அவன் நினைச்சுக் கிட்டிருக்கான். நீ எனக்காக எவ்வளவு செஞ்சிருக்கே, எவ்வளவு பொறுத்துக்கிட்டிருக் கேங்கறதெல்லாம் மத்தவங்களுக்கு எப்படித் தெரியும்? நடு நடுவிலே என் அக்கிரமத்தைப் பொறுக்க முடியாமே என்ன விட்டுட்டுப் போறதாச் சொல்லியிருக்கே... நான்தான் ஒன்னைப் போகவிடல்லே. போகவிடாமே இருந்தது நல்லதாப் போச்சு. நீ என்னை விட்டுப் போயிருந்தா இந்த வேதனையை எப்படிப் பொறுத்துக்குவேன்?... ஒரு காகிதம் கொண்டுவா, பிரபுல்லா... ஒன் அன்பு அண்ணனோட ஒரு சிறு காணிக்கை...

பிரபுல்லன் : (ஜீவானந்தனின் காலடியில் மண்டியிட்டு உட்கார்ந்து) ஒங்க அன்பு எனக்கு நிறையக் கிடைச்சிருக்கு அண்ணா, அதுவே போதும் எனக்கு!... எனக்கு இந்த ஆசீர்வாதம் மட்டும் பண்ணுங்க அண்ணா-நான் ஒழைச்சு சம்பாதிக்கறதுக்கு மேலே வேறே எதுக்கும் ஆசைப்படாமே இருக்கணும்னு...

ஜீவானந்தன் : (சிறிது நேரம் மௌனமாயிருந்து விட்டு) அப்படியே ஆகட்டும், பிரபுல்லா! ஒனக்குத் தானம் பண்ணி ஒன்னைச் சிறுமைப்படுத்த விரும்பலே நான். ஆனா நீ என்னிக்குமே பேராசைக் காரனா இல்லே.

(டாக்டர் அரவமின்றி உள்ளே நுழைந்து மருந்துப் போத்தலைப் பிரபுல்லனிடம் கொடுத்துவிட்டு வெளியேறுகிறார்.)

பிரபுல்லன் : அண்ணா, இந்த மருந்தைக் குடிங்க.

(ஜீவானந்தனின் வாயில் மருந்தை ஊற்றிவிட்டு அவனுடைய உதடுகளைத் தன் வேஷ்டி நுனியால் துடைத்து விடுகிறான்.)

ஜீவானந்தன் : என்ன ஒரே இருட்டாயிருக்கு! ராத்திரி என்ன மணியாகுது, பிரபுல்லா?

பிரபுல்லன் : ராத்திரியா? இன்னும் இருட்டவேயில்லையே!

ஜீவானந்தன் : இருட்டல்லியா? பின்னே என் கண்ணுக்கு ஒரே இருட்டாயிருக்கே?

பிரபுல்லன் : இன்னும் சூரியனே மறையல்லியே!

ஜீவானந்தன் : சூரியன் மறையல்லியா? அப்படீன்னா முன் பக்கத்து ஜன்னலைத் திற. நான் சூரியனைப் பார்த்து அவனுக்கு என் கடைசி வணக்கத்தைத் தெரிவிச்சிட்டுப் போறேன்!

(பிரபுல்லன் ஜன்னல் கதவைத் திறந்துவிட்டு ஜீவானந்தனைப் படுக்கையில் உட்கார்த்தி வைக்கிறான். சற்றுத் தொலைவில் பாருயி ஆறு. அதன் மறுகரையில் மறையும் தறுவாயில் சூரியன், தொலைவில் மரங்களின் மேல் செம்மை படிந்திருக்கிறது.)

ஜீவானந்தன் : (கண்களைத் திறந்து, நடுங்கும் கைகளைக் கூப்பி சூரியனை வணங்கி) விசுவதேவா! நீ ஒரு புதிர், ஒன்னை யாராலும் புரிஞ்சுக்க முடியாதுன்னு ஏன் சொல்றாங்க? என்னோட கடைசி நாளான இன்னிக்கு என் மறுபிறவியோட பரிச்சயம் ஒன்கிட்டேயிருந்து எனக்குக் கிடைக்குது. (சிறிது நேரம் மௌனமாயிருந்துவிட்டு) ஒன்னைப் பார்த்துப் பயப்படுவேன்னு நினைச்சேன், என் வாழ்க்கையோட பாவமும் அழுக்கும் ஒன் முகத்தை என் பார்வையிலேருந்து மறைச்சுடும்னு பயந்தேன். ஆனா நீ அப்படி நேரவிடல்லே. நண்பா, என்னோட கடைசி வணக்கத்தை ஏத்துக்க! (களைப்போடு படுக்கையில் சரிகிறான்.) - ஐயோ, என்ன வலி!

பிரபுல்லன் : எங்கே அண்ணா வலிக்குது?

ஜீவானந்தன் : எங்கேயா? தலையிலே, நெஞ்சிலே, ஒடம்பு முழுதும்.. ஐயோ!

(ஷோடசி வேகமாக நுழைகிறாள். அவளுக்குப் பின்னால் ஏக்கடி, டாக்டர்.)

ஷோடசி : *பிரபுல்லா, இவங்க என்ன சொல்றாங்க?* (ஜீவானந்தனின் காலடியில் அமர்ந்துகொண்டு) *ஒங்களைக் கூட்டிக்கிட்டுப் போறதுக்காக எல்லாத்தையும் தொறந்துட்டு வந்திருக்கேன். ஆனா நீங்க என்ன ஈவிரக்கமில்லாமே இப்படிப் பண்ணிட்டீங்க!*

பிரபுல்லன் : *அண்ணா, கண்ணைத் திறந்து பாருங்க, அளகா வந்திருக்காங்க.*

ஜீவானந்தன் : *அளகா! நீ வந்துட்டியா?* (மெதுவாகத் தலையை ஆட்டி) *ஆனா ரொம்பத் தாமதமாயிடுச்சு.*

ஷோடசி : *அன்னிக்குக் கூடச் சொன்னீங்களே, நீங்க வாழவிரும்பறதா, மற்ற மனுஷங்க மாதிரி வீடு, வாசல், மனைவி மக்களெல்லாம் வச்சுக்கிட்டு வாழ்க்கை நடத்த ஆசைப் படறதா!...*

ஜீவானந்தன் : (தலையை ஆட்டி) *ஒழைப்பு இல்லாமே எனக்கு எதுவும் வேண்டாம் அளகா! இவ்வளவு காலமா ஒடம்பு அலுங்காமே எல்லாத்தையும் அனுபவிச்சு அனுபவிச்சு இப்படியே எப்போதும் இருந்துடலாம்னு நினைச்ச காலம் போயிடுச்சு. இப்போ நான் இவ்வளவு காலம் அனுபவிச்சதுக்கு பதில் சொல்ல வேண்டிய நேரம்! இந்தப் பிறவியிலே நான் மகிழ்ச்சியை ஒழைச்சுச் சம்பாதிக்கல்லே அளகா, நான் அனுபவிச்சது வெறுங்கடன் தான்! அந்தக் கடன் சுமை இன்னும் அதிகமாக வேண்டாம்!*

(ஷோடசி தன் தலையை ஜீவானந்தனின் நெஞ்சின மேல் வைக்க, ஜீவானந்தன் தன் வலுவிழந்த கையை அவள் தலைமேலே வைக்கிறான்.)

- எனக்குக் கொஞ்சம் வருத்தம் இருந்தது ஒன்மேலே... ஆனா நீதான் வந்துட்டியே, இனி அந்த வருத்தமும் இல்லே எனக்கு.

இதைவிட நிறைய மகிழ்ச்சி எனக்குக் கிடைச்சிருந்தா அதோட மதிப்பும் பெருமையும் அன்றாட வாழ்க்கைப் பிரச்சினைகளாலே கெட்டுப் போயிருக்கலாம். இப்போ அந்த பயமும் இல்லே. இந்த சந்திப்புக்குப் பிறகு இல்லே, அளகா... இதுவே மேல்!

(ஷோடசியால் பேச இயலவில்லை. பொறுக்கமுடியாத சோகத்தால் அவளது நெஞ்சு விம்முகிறது.)

ஜீவானந்தன் : ஐயோ, பிரபுல்லா, ஒலகத்திலே காத்தே இல்லையா?

பிரபுல்லன் : ரொம்ப வலிக்குதா அண்ணா?... டாக்டரைப் பார்க்கச் சொல்லவா?

ஜீவானந்தன் : இனிமே டாக்டர் கீக்டரெல்லாம் வேண்டாம். நீயும் அளகாவும் மட்டும் இருங்க என்னோடே?... ஐயோ, என்ன இருட்டு! சூரியன் மறைஞ்சுட்டானா?

பிரபுல்லன் : இப்பத்தான் மறைஞ்சான்.

ஜீவானந்தன் : சரிதான்! வெளிச்சமில்லே... காத்தும் இல்லே... விசுவதேவா, ஒலகத்திலே எனக்கு இனிமேல் ஒண்ணும் கிடையாதுன்னு தீர்மானிச்சுட்டியா? ஐயோ!

ஷோடசி : அன்பே!

பிரபுல்லன் : நீங்க நிசமாவே பிரபுல்லனுக்கு விடுப்பு கொடுத்திட்டீங்களா அண்ணா?

(முற்றும்)